உணர உணரும் உணர்வு

பூபேஷ் சண்முகம்

Copyright © S. Bubesh
All Rights Reserved.

This book has been published with all efforts taken to make the material error-free after the consent of the author. However, the author and the publisher do not assume and hereby disclaim any liability to any party for any loss, damage, or disruption caused by errors or omissions, whether such errors or omissions result from negligence, accident, or any other cause.

While every effort has been made to avoid any mistake or omission, this publication is being sold on the condition and understanding that neither the author nor the publishers or printers would be liable in any manner to any person by reason of any mistake or omission in this publication or for any action taken or omitted to be taken or advice rendered or accepted on the basis of this work. For any defect in printing or binding the publishers will be liable only to replace the defective copy by another copy of this work then available.

அன்பான என் அம்மா ராஜகுமாரி மற்றும் பாசமிகு என் அப்பா
கோவி.சண்முகம் ஆகியோருக்கு அர்ப்பணிப்பு

பொருளடக்கம்

முன்னுரை

கல் தோன்றி மண் தோன்றா காலத்தே முன் தோன்றிய முத்த மொழி என்று, நம் அழகு தமிழை பள்ளிகளில் பயின்ற காலம் முதல் இன்பத்தமிழ் மீது தீராத காதல்.

யாதும் ஊரே யாவரும் கேளிர், தீதும் நன்றும் பிறர் தர வாரா என்று வாழ்வை சொன்ன அறத்தமிழ், குழல் இனிது யாழ் இனிது என்பர் தம் மக்கள் மழலைச்சொல் கேளாதவர் என்று ரசனையின் உச்சத்தையும் காட்டியது.

பள்ளி நாட்களில் நூலகத்தின் பரிச்சயம், நூல்கள் மீது காதலை உண்டாக்கியது. உள்ளம் திகட்ட திகட்ட நன்னெறி கதைகளையும், முல்லா, பீர்பால், மரியாதை ராமன் போன்-றோர் கதைகளையும் இன்பமுற படித்து களித்தேன்.

என்னுடைய ஆர்வமிகுதியால் சிறுவயதில் ஒரு சிறுகதை எழுதினேன். பிறரை நினைத்து பயந்து குறுகி வாழ்வது மனிதன் மட்டுமே. கிண்டல் பேர்வழிகளின் நையாண்டிக்கு பயந்து எழுதுவதை நிறுத்திவிட்டேன்.

காலச்சக்கரம் பிழைப்பை நோக்கி நகர்த்தியது.

நான் மென்பொருள்துறையில் வேலை பார்த்த தருணத்தில், பயிற்சி வகுப்புகள் எடுக்க மேலாளர் பணிந்தார். பயிற்சி வகுப்புகளின் போது என்னுள் உள்ள கதைச்சொல்லியை மீண்டும் கண்டுகொண்டேன்.

கிட்டத்தட்ட முப்பது வருடங்களுக்குப் பிறகு தமிழில் கதை-களை எழுதிப் புத்தகமாக உங்கள் கைகளில் தந்துள்ளேன்.

உலகில் கற்பனையான கதைகள் என்று எதுவும் இல்லை

அனைத்தும் உண்மை சம்பவங்களின் பாதிப்பே. அதற்கு இக்கதைகளும் விதிவிலக்கு அல்ல.

இந்த நூலுக்கான தலைப்பை பலவாறு யோசித்த போது நாலடியார் பாடலில் "உணர உணரும் உணர்வு" என்கிற வரி நினைவுக்கு வந்தது.

நம்முடைய கதைகளும், மனித உணர்வுகளையும் இயல்பு-களையும் கதைப்பதால் அதையே இந்நூலின் தலைப்பாக வைத்துள்ளேன்; தலைப்புக்கு பஞ்சம் இல்லை ஆனாலும் என்னை கவர்ந்த வரிகளுக்கு சிறு மரியாதை.

நான் இணையத்தில் தொடர்ந்து எழுதுவதை மிகுந்த ஊக்-கமுடன் ஆதரித்து அன்பையும் பாராட்டையும் தருகிற அனைத்து நல் உள்ளங்களுக்கும், என்னுடைய அம்மா அப்பாவிற்கும் மற்றும் மனைவி குழந்தைகளுக்கும் என் நன்றியை இந்தப் புத்தகம் வழியே காணிக்கையாக்குகிறேன்.

1

வெற்றியோடு உறவாடு

ஆட்டம் சூடு பிடிக்க தொடங்கியது.

"இன்னுமாடா முடியலை", என்று கேட்டுக்கொண்டே உள்ளே வந்தான் குணா.

"வாடா ஸ்கூட்டு கிங், உனக்கு என்ன ஸ்கூட்டு விட்டுட்டு நீ பாட்டுக்கு போயிடுவ. எனக்கு ரம்மியே கிடைக்கலை. இந்த ஆட்டம் ஃபுல்தான்", என்று புலம்பினான் குமார்.

"டிக்!", என்று உற்சாகமாக கத்தினான் சந்துரு.

"இந்த வாட்டியும் போச்சா", என்று வழக்கம்போல கவலையோடு சொன்னான் குமார்.

அவன் எப்போதும் அப்படித்தான் புலம்பிக்கிட்டே இருப்பான், அதைத் தாண்டி வெளியிலும் போக மாட்டான். விளையாட்டையும் கத்துக்க மாட்டான், அதே நேரம் விளையாடாமலும் இருக்கவும் மாட்டான்.

அவனுக்கு ஜெயிக்கனும்கிற ஆசையில்லை ஆனாலும் புலம்பலும்

சலிப்பும் அவனைவிட்டு போகாது.

லைஃப்லையும் இப்படித்தான் புலம்பிக்கிட்டே இருப்பான். நல்ல விஷ-யங்கள் நடக்கும் ஆனால் என்ன நடக்கலையோ/ எது நடக்காதுனு தெரியுமோ அதை புடிச்சிக்கிட்டு தொங்குவான். சின்ன வயசுல இருந்து இப்படித்தான், எல்லாருக்கும் பழகிடுச்சு.

உலகத்தில் இருக்கிற எல்லா பிரச்சனைகளுக்கும் தீர்வு இருக்கும்னு சொல்லுவாங்க ஆனா இவனோட புலம்பல்களுக்கு மட்டும் தீர்வே இருந்ததில்லை. ஆனாலும் குமார் என்றுமே நல்லவன்.

அவன்கிட்ட புலம்பல்கள் மட்டும் தான் பிரச்சினையே தவிர யாரையும் நோகடிக்கிற, யாரோடையும் சண்டை போடுகிற, மத்தவங்க கூட மல்-லுக்கட்டுகிற, வெற்றியை மட்டுமே நோக்கி வெறித்தனமாக ஓடுற முட்-டாள்தனமான விஷயங்கள் எப்பவும் அவன்கிட்ட இருந்தது இல்லை.

"பாலா.. நீதான் போடணும் இப்ப", என்றான் மணி.

"ஹேய்! நான் ஏன் போடணும்? முன்னாடி குணா தானே போட்டான், இப்ப குமார்தான் போடணும்", என்று வழக்கம்போல் தன் சேட்டையை தொடங்கினான் பாலா.

கணக்குப்படி இம்முறை பாலாதான் கலைத்து போட வேண்டும். ஆனா-லும் வேண்டுமென்றே குமாரை வம்புக்கு இழுப்பான் பாலா.

"இதுக்கு தான்டா நான் வரமாட்டேன்னு சொன்னேன். நீங்க திரும்ப திரும்ப என்னையே போட விடுவீங்க, இல்ல? நானே போன ஆட்டம் ஃபுல் ஆகிட்டேனு உட்கார்ந்து இருக்கேன். அடுத்த ஆட்டம் முடிஞ்சி-டும் போல, என்னை ஏன்டா வம்புக்கு இழுக்குறீங்க?", என்று பிதற்ற ஆரம்பித்தான் குமார்.

பாலா ஒரு அரசியல்வாதியாக இருக்க வேண்டியவன்.

அரசியலுக்கு போயிருந்தால் மிகப்பெரிய இடத்தை அடைந்திருப்பான். அவனுக்கு எப்போதும் குழப்பத்தை ஏற்படுத்துவதே பொழுதுபோக்கு.

சுற்றி நடக்கின்ற விஷயங்களை தன்னுடைய சூழ்நிலைக்கு ஏற்றவாறு அழகாக கோர்த்து அருமையாக நாடகம் ஆடுவான் பாலா.

அவனுக்கு நன்றாகவே தெரியும் இம்முறை தன்னுடைய முறைதான் என்று ஆனாலும் கலகம் ஏற்படுத்தவே அவன் அவ்வாறு செய்கிறான்.

"இங்க பாரு பாலா, இந்த நோட்டுல முதல் ஆட்டத்தில் இருந்து யாரு குலுக்கிப் போட்டா, யாரு வெட்டுனா, யாரு ஜோக்கர் எடுத்தானு எல்லாத்தையும் கரெக்டா எழுதி வச்சிருக்கேன். போனவாட்டி குணா போட்டான். இந்த வெட்டி நீ தான் போடணும். நல்லா பார்த்துக்க", என்று நோட்டை நீட்டினான் மணி.

"சரி சரி , நீ சரியா எழுதியிருக்கியானு தெரியலை இருந்தாலும் போடுறேன்", என்று அலுத்துக் கொண்டே குலுக்கிப் போட்டான்.

"எட்டு பேருடா , ஏழுதான் போட்டு இருக்க", என்றான் மணி.

மணி எப்போதும் கணக்கு விஷயத்தில் கறார். எதை செய்தாலும் அதை முறைப்படி எழுதி வைப்பான். அவனுக்கும் அவனுடைய மனைவிக்கும் கூட சண்டை வருவது இதில் மட்டும்தான்.

இப்ப இல்லை நாங்க காலேஜ் படிக்கும்போதே இப்படித்தான். நானும் அவனும் ஒரே காலேஜ்லதான் படிச்சோம். நாங்க போகிற சுற்றலாவிற்கு அவன் தான் கணக்குப்பிள்ளை மாதிரி. பெரிய ஆளாக வருவான் என்று நெனச்சோம் ஆனால் ஆவின் ஐஸ்கிரீம் பார்லர்ல பில் போடுற வேலை.

"அவன்கூட வேலை செய்றவங்க ரொம்ப பாவம்", என்று நேருக்கு நேராகவே நக்கலாக சொல்லுவான் பாலா.

ஒரு ஒழுங்கை கடைபிடிக்க வேண்டும், முறையாக கணக்குகள் இருக்க வேண்டும் என்று, தானே அதை ஏற்றுக்கொண்டு அதை முறையாக செயல்படுத்த எப்போதுமே அதிக ஆர்வம் காட்டுபவன் மணி. ஆனாலும் தரவுகள் சில நேரம் அதிகாரத்துக்கு கட்டுப்பட்டவைகள்.

கார்டை போட்டுவிட்டு பாலா சொன்னான், "நல்லா எண்ணிக்கிங்க. அப்புறம் கார்டு கம்மியா இருக்குனு குறைச் சொல்லக்கூடாது".

குழப்பம் மட்டுமல்ல சில நேரங்களில் ஆட்டத்தையே கலைத்து விடு-வான். பெரும்பாலும் மற்றவர்களின் குறைகளையும், சூழ்நிலையின் சறுக்கல்களையும் தனக்கு ஏற்றவாறு சாதகமாக்கி வேண்டியதை நிறை-வேற்றிக் கொள்வான்.

அவன் செய்வது தவறு என்று பலருக்கும் தெரிந்தாலும் ஒவ்வொருவரு-டைய இயலாமையையும் சந்தர்ப்பத்தையும் சரியாக கையாண்டு அதை யாரும் கேட்க முடியாதபடி மாற்றி விடுவான் பாலா.

ஆகவே அனைவரும் அவனிடம் சற்று உஷாராகவே இருப்பார்கள் அல்லது ஒதுங்கி நடப்பார்கள். மணி தன்னிடம் இருக்கும் தரவுகளை வைத்து பாலாவை அடக்க முயன்றாலும் பாலா அடங்குவது என்னவோ சந்தோஷிடம் மட்டுமே.

சந்தோஷ் எங்கள் கேங்குக்கு லீடர் போல. நிரம்பப் பணமும், நல்ல வசதியும், அதிக அதிகாரமும் உடைய பெற்றோர்களின் ஒரே வாரிசு.

காலேஜ் படிக்கும்போது வீடியோ கேம்ஸ் ஃபுல்லா அவங்க வீட்டுல தான் விளையாடுவோம். அப்பவே கேம் ஸ்டேஷன்ல வச்சிருப்பான்.

இப்பவும் கேம் ஸ்டேஷன்ஸ், லேட்டஸ்ட் டெக்னாலஜி ஸ்மார்ட் போன், கார், பைக் இப்படி எல்லாமே அவன்கிட்டதான் இருக்கும் அதனால் அவன் பேச்சுக்கு எப்பவும் தனி மரியாதை.

அவனுடைய வேலையே இந்த மாதிரி நண்பர்களுடன் விளையாடுவது-

தான். விளையாடி விளையாடி ரொம்ப அனுபவம். ஆமா வேற என்ன வேலை?

அவனுக்கும் சந்துருவுக்கும் மட்டும்தான் எப்போதுமே யார் ஜெயிக்கிறது்னு போட்டி.

சந்துரு நல்ல பையன்தான், ஆனா வசதியும் வாய்ப்பும் இருக்குறவங்களோட பேச்ச எல்லாரும் கேட்டுதான் ஆகணும். அப்புறம் நல்லவன்னு சொல்லிதானே ஆகணும்.

சந்தோஷக்கு டஃப் கொடுக்கிற ஒரே ஆள் சந்துரு தான்.

அவன் ரொம்ப ரொம்ப புத்திசாலி. அவங்க குடும்பமே படிப்பாளிங்க. பெரிய வசதி வாய்ப்பும் இல்லேனாலும் நல்ல உத்தியும் திறமையும் உள்ளவன்.

சந்தோஷ் கூட நிறைய ஜால்ரா அடிக்கிற பசங்க இருந்தாலும் சந்துரு இருந்தால்தான் அவன் ஈடுபாடா விளையாடுவான்.

மத்தவங்க விளையாடும்போது ஏனோதானோனு விளையாடிட்டு, கடைசியில உத்திய பயன்படுத்தி ஜெயிச்சுடுவான்.

சின்ன வயசுல எல்லா கேம்ஸ்ம் ஆடியிருக்கோம். ஆனால் ரம்மி மட்டும் எங்களுக்கு ஸ்பெஷல்.

ஏன்னா, எல்லோரும் சேர்ந்து ஆடுறது இந்த ஒரு கேம் மட்டும்தான்.

"டிக் !", என்றான் சந்தோஷ்.

"சே ! ஒரு கார்டுல விட்டுட்டேன்", என்று புலம்ப ஆரம்பித்தான் குமார்.

குணா வழக்கம்போல ஸ்கூட்டு விட்டுட்டு போயிட்டான். லைப்ல கூட நிறைய ஸ்கூட் விட்டுவான். இதுவரைக்கும் 15 கம்பெனி மாறியிருப்-

பான். அவனோட மனைவி அரசாங்க வேலைல இருக்குறதால வண்டி ஓடுது. கழுவுற மீன்ல நழுவுற மீன் நம்ம குணா.

வழக்கம்போல மணி பாயிண்டு எழுத ஆரம்பிச்சிட்டான்.

"குமார் 200, குணா 80, மணி 90, பாலா 65".

"இல்லடா 55 தான் , நீ ஏதோ விட்டுட்ட. கார்ட வேணா பாரு", என்று கலகம் பண்ண ஆரம்பிச்சிட்டான் பாலா.

சந்துரு 12, சந்தோஷ் 12.

8 பேர் விளையாடின விளையாட்டில் 5 பேர் பத்திதான் கணக்கு வந்திருக்கு, மத்த மூணு பேரு எங்க? அப்படி தானே யோசிக்கிறீங்க.

அவங்க மூணு பேரும் ரொம்ப ஸ்பெஷல்.

ஒருத்தர் சந்தோஷ் பக்கத்திலேதான் இருப்பாரு. அவர் பக்கத்தில் மட்டும்தான் உட்காருவாரு. சந்தோஷ்க்கு தேவையான கார்டுகளை கொடுப்பதற்காகவே கேம்ல இருப்பாரு.

இன்னொருத்தர், யார் ஜெயிக்கிறாங்களோ அவங்களுக்காக மட்டும்தான் பேசுவாரு, விளையாடுவாரு, நடந்துப்பாரு. இன்னைக்கு சந்தோஷ், நாளைக்கு சந்துரு, அடுத்த நாள் பாலா. அன்னைக்கு யார் ஜெயிக்கிறாங்களோ அவங்க கூட அவர் கட்டாயமா இருப்பார்.

கடைசியா நான் தாங்க... எனக்கு யாரு ஜெயிக்கிறா? தோற்கிறானு முக்கியமே இல்லை. பொழுது போகனும் அது மட்டும் தான் முக்கியம். நீங்க விளையாட கூப்பிட்டீங்கனா வந்து விளையாடுவேன். அவர் விளையாட கூப்பிட்ட அவர் கூட விளையாடுவேன்.

ஆனா எங்க மூணு பேருக்கும் தனித்தனியா சொல்ல ஒன்னும் இல்லை.

யார் ஜெயிக்கிறார்களோ அவங்க பக்கம் சேர்ந்துப்போம்.

எட்டு பேர்ல நாங்கதாங்க மெஜாரிட்டி. நாலு பேர் இருக்கோம்ல ஜெயிக்-
கிறவரையும் சேர்த்து. எப்படியும் மத்த நாலு பேரு அவங்களுக்குள்ள
சண்டை போட்டுக்குவாங்க.

எங்களுக்கு யார் எப்படி போனால் என்ன? நாங்க சந்தோஷமா இருக்-
கனும்.

இங்க ஒவ்வொருத்தனும் யாரு, எப்படி, எதுக்காக நடந்துக்கிராங்கனு
எங்களுக்கு நல்லாவே தெரியும். ஆனாலும் ஜெயிக்கிறவன் கூட
இருந்தா தானே ஏதாவது கிடைக்கும்.

அது பணம் மட்டும் இல்லைங்க, ஃபீல் கூட தான்.

நாங்க எப்போவும் வெற்றியோடு மட்டும்தான் உறவாடுவோம்

2

ஆதிரை

———∞———

பெற்றோர் அன்பைப் பொழியலாம்,
சுற்றார் கருணையை வழங்கலாம்,
ஊரார் பண்பை மெச்சலாம்
ஆனால்
ஆன்மாவை தொடுவது?

"நீ" மட்டுமே !

என்னை ரசிக்க என்னுள் குடிபுகுந்த உன்னைத் தவிர வேறு யார் உள்-
ளார்கள்?

உலகமே காதலானது
காதலே உலகமானது
உடலை உலுக்கி
மனதை மயக்குகிற
ஆசை வானில்
கற்பனை மேகங்களுடன்
மெல்ல மெல்ல நகர்கிறது
நம் காதல் !

சுற்றிப் பார்க்கிறேன் எவ்வளவு இடர்கள் , எவ்வளவு சவால்கள். வாழ்க்-

கைப்பாடு கொஞ்சம் கஷ்டம் தான்.

ஒரு மனிதன் நடந்து போகிறான், மற்றொருவன் காரில் செல்கிறான், இன்னொருவன் ஆட்டோவில் செல்கிறான். ஏனோ வாழ்க்கையின் கூறு-கள் ஒவ்வொருவருக்கும் விதிக்கப்பட்டுள்ளது.

ஆனால் காதல் எல்லோருக்கும் பொதுவானது.

காதலும் ஒரு கம்யூனிஸ்ட்வாதிதான்.

வகைதொகை இல்லாமல் அனைவருக்கும் பகிர்ந்து அளிக்கிறது.

நேற்று இரவு.. வேளச்சேரி பீனிக்ஸ் மால்.. உனக்கு பிடித்த பிரஞ்சிபி-ரைஸ் கடையில் சந்தித்தோம்.

"எங்க சித்தப்பா ஒரு பையன் ஜாதகத்தை எடுத்து வந்தார். அப்பா அதை பாக்கலாம்னு சொல்றாரு, எனக்கு என்ன சொல்றதுன்னே தெரியல? நீ என்ன சொல்ற?", என்றாள்.

"சொல்லிவிடலாம். மறைப்பதற்கு என்ன இருக்கிறது?", என்றேன்.

"சாதிய கொண்டாடுற குடும்பம் இல்லை. ஆனா வசதியை எதிர்பார்க்-கிற குடும்பம்", என்றாள்.

"வசதி எப்போதும் வாய்ப்பையும் சந்தர்ப்பத்தையும் பொருத்தது", என்று சொல்ல நினைத்தேன். ஆனால் உனக்கு தத்துவங்கள் பிடிப்பதில்லை.

ஆண் மகனுக்கு தத்துவம் பிடிக்கும். ஏனோ பெண்களுக்கு தத்துவங்கள் பிடிப்பதில்லை.

எதார்த்த வாழ்வின் உணர்வோடு வாழ்பவனை தான், பெண்களின் மனது கவ்வுகிறது.

எதுவும் சொல்லவில்லை மௌனமாகவே இருந்தேன்.

சிறிது நேரம் கழித்து, "பெங்களூருக்கு வேலை மாற்றி சென்றுவிடலாம். ரெண்டு பேருக்குமே அங்கே ஈசியா வேலை கிடைக்கும். ஒரு நல்ல அப்பார்ட்மெண்ட் எடுத்துக்கலாம். இந்த வசதி ஸ்டேட்டஸ் எதுவுமே பிரச்சனை இல்ல என்ன சொல்ற?", என்றேன்.

மனது ஒரு பூந்தோட்டம் , ஆசைகளின் ஊற்று, எண்ணங்களின் நீர்-வீழ்ச்சி, சிந்தனைகளின் சமுத்திரம்.

உன்னை முதன்முதலாக சந்தித்தப்போது..

பிரமித்துப் போனேன்.

உன்னுடைய தோற்றமும், நீ பேசும் மொழியும் எனக்கு அந்நியமானது. ஆனால் கடவுள் போட்ட முடிச்சை அவிழ்க்க யாரால் முடியும்? .

நானோ கடைசி வரிசையும் இல்லாமல், முதல் வரிசையும் இல்லாமல், நடு வரிசையில் தட்டுத்தடுமாறி, திக்குத்திசை தெரியாத, கற்றுக் கொண்டே இருக்கின்ற ஒரு மாணவன்.

நீயோ, சென்னை பெருநகரத்தில் பெரிய பெரிய வாய்ப்புகளையும் வசதி-களையும் கொண்டு முன் வரிசையில் அமர்ந்திருக்கும் அழகிய மங்கை.

சென்னையின் மிகப்பெரிய தனியார் இன்ஜினியர் காலேஜில் நான் முதல் முதலாக காலடி எடுத்து வைக்கும் பொழுது, சற்று குழம்பித்தான் போனேன்.

எங்கே நான் தொலைந்து விடுவேனோ என்று பல நாட்கள் சிந்தித்தி-ருக்கிறேன்.

வகுப்பு தொடங்கிய உடன், பலதரப்பட்ட மாணவர்களின் ஊடாக என்னை நானே தேடிக் கொள்ள சமயம் பார்த்துக் கொண்டேதான்

இருந்தேன். உன்னுடைய ஆங்கிலப்புலமைப் போன்று என்னுடைய ஆங்கிலம் என்றுமே இருந்தது இல்லை. ஆனாலும் கொஞ்சம் புத்தி- சாலி. சமாளித்து விடுவேன்.

வகுப்பில் யாரோ போல் நாம் இருந்தாலும், லேப் வகுப்பில் உன்னையும் என்னையும் சேர்த்து விட்டது காலம்.

ஆதிரை என்ன ஒரு அழகான பெயர்.

முதல்முறையாக இப்போதுதான் இந்த பெயரை கேட்பது போன்ற ஒரு உணர்வு.

இந்த பெயரை யார் உனக்கு வைத்தார்கள் என்று தெரியாது. தந்தையா? தாயா? உற்றார் உறவினரா? ஆனால் பேர் வைத்தவரை விட நான் பல நூறு தடவை உன் பெயரை உச்சரித்து இருப்பேன்.

இப்போதும் உச்சரிக்கிறேன். எப்போதும் உச்சரிப்பேன்.

ஆதிரை ! ஆதிரையின் அர்த்தம் என்ன என்று ஒரு முறை உன்னிடம் கேட்டேன்.

ஏனோ நீ பதிலளிக்கவில்லை.

என்னிடம் திரும்ப கேட்டாய், "உன் பெயரின் அர்த்தம் என்ன?"

தெரிந்த பதில்களே மறப்பது உன்னிடம் மட்டுமே.

அறிவை மறக்கடிக்கும் ரகசியம்தான் என்ன?

என் இதயத்தை இதமாக விழுங்கியவளே.

"சரி சொல்லு என்ன யோசிக்கிற? உன் பெயருக்கு என்ன அர்த்தம்?", என்றாள்.

நான் குழம்பித்தான் போனேன்.

அன்று தான் உன்னை காதலிக்க தொடங்கினேன் போலும். நட்பு என்ற மாறுவேடத்தில் காதலனாக நான் உன்னையே சுற்றி சுற்றி வந்தேன்.

நீ இல்லாமல் நான் இல்லை, நான் இல்லாமல் நீ இல்லை என்று நண்-பர்களே கலாய்க்கும் அளவுக்கு நாம் சுற்றினோம்.

கேண்டீனுக்கு போனோம், லைப்ரரியில் சந்தித்தோம், சிம்போசியம் நடத்-தினோம், பிராஜக்ட் கூட ஒன்றாகத்தான் செய்தோம்.

கல்லூரி முடிந்தது, கலக்கமும் தொடங்கியது.

கல்லூரி, இளமை வானில் மனதை அழகாக்கி, காதலையும், நட்பையும், நேசத்தையும், மகிழ்ச்சியையும் தேடித்தேடி நுகர்கின்ற பொற்காலம்.

கேம்பஸ் இன்டர்வியூவில் வெவ்வேறு கம்பெனியில் நாம் செலக்ட் ஆனோம்.

உன் அப்பாவிற்கு நீ அமெரிக்கா போகனும். அனுப்புவதற்கு முயற்சித்-தார்.

உனக்கோ அப்பாவையும் அம்மாவையும் விட்டுச்செல்ல பிடிக்கவில்லை.

நெல்லுக்குப் பாய்கிற தண்ணீர் புல்லுக்கும் பாயும் அதுபோல நானும் மகிழ்ச்சியாக இருந்தேன்.

அவர்களுக்காக நீ செல்லவில்லை.

உனக்காக நான் ஏங்கினேன்.

வேலையும் தொடங்கியது. நம் பிரிவும் நம்மை நெருக்கியது.

பிரிவு எப்போதும் நல்லதே. ஒன்று அது நெருக்கமாக இணைத்து விடும் அல்லது புதிய பாதையை தொடுத்து கொடுக்கும்.

இந்த பிரிவு எங்களை இணைத்தது.

கல்லூரி முடிந்து, ஒரு மாதத்திற்கு பிறகு வாட்ஸ்அப்பிலும், மெசேஜ்களிலும் மட்டுமே இருந்த நம்முடைய தொடர்பு, ஹைதராபாத்தில் ட்ரெய்னிங் முடித்துத் திரும்பிய அன்று, இதே இடத்தில் உன்னை சந்தித்த போது, அந்த நொடி பொக்ரானில் வெடித்த அணுகுண்டு போல என் சிறிய மனதில் பெரும் வெடிப்பு.

ஆயிரம் இன்ப ஊற்றுக்கள் என் நெஞ்சினிலே ஊற்றெடுத்து ஊற்றெடுத்து, அன்பு பிரவாகமாக உடல்முழுதும், இந்த உலகம் முழுதும் பரவி பரவி ஆனந்தக் கூத்தாடியது.

இது போன்ற ஒரு இன்பமான ஒரு பெருவெடிப்பை எந்த நிமிடமும் தரவில்லை.

என்னை பார்த்தவுடன் ஓடி வந்து கையைப் பற்றிக்கொண்டாய்.

கண்ணீர் சிந்தினாய், "ஏன் அழுவற?", என்றேன்.

திரும்பவும் அழுதாய். எனக்கும் அழுகை வந்தது.

இன்பத்தில் கண்ணீர்.

உலகமே காதலானது.. காதலே உலகமானது..

அவ்வளவுதான் ஒன்றுமே பேசவில்லை.

சாப்பிட்டோம், கூல் ட்ரிங்ஸ் குடித்தோம், ஆபீஸ் கதைகளை பேசினோம். அன்று முதல் இன்று வரை அள்ள அள்ள குறையாத காதலுடன் இதயம் சொல்கின்ற அன்பு வார்த்தைகளுடன் நம் காதல், மேலும்

மேலும் பெருகிக் கொண்டே இருக்கிறது.

"சரி. நான் பெங்களூர் கேட்கிறேன். நீயும் பெங்களூருக்கு கேள், வீடு பார்ப்போம் அப்புறம் கல்யாணத்திற்கு பேசுவோம்.

அப்புறம் ஒன்னு சொல்ல மறந்துட்டேன். எங்க பெரிய அக்காவோட பொண்ணுக்கு கல்யாணம் வச்சிருக்காங்க", என்றேன்.

"அவ ரொம்ப சின்ன பொண்ணுதானே இப்பதானே ஸ்கூல் முடிச்சா அதுக்குள்ள கல்யாணமா?", என்றாள்.

"எங்க மாமா கொஞ்சம் அப்படித்தான். பொம்பள புள்ள. சீக்கிரம் முடிச்-சுடனும் யோசிக்கிறார். பிளஸ் அந்த பொண்ணு யாரையோ லவ் பண்-ணிட்டு இருக்கா போல", என்றேன்.

"நீ கொஞ்சம் பேசலாம், இந்த காலத்து பையன் நீ உனக்கு புரியும் கொஞ்சம் பேசிப்பாரு", என்றாள்.

"இல்லடி.. அது சரிப்பட்டு வராது. நம்ம ஃபேமிலில அப்படித்தான். அவங்க பேசிட்டாங்கனா, ஒத்தக்கால்ல நிப்பாங்க. நம்ம அடுத்த ஜென-ரேஷன் மட்டும்தான் இதெல்லாம் மாத்தணும், மாறும்."

"இல்லை, நீ பண்றது தப்பு. தப்புனா தப்புன்னு சொல்லணும். எதுவும் கேட்காம இப்படி நீயும் அதற்கு உடந்தையாக இருக்குறது எனக்கு சரியா படல ", என்றாள்.

ஆண்கள் தத்துவாதிகள். தத்துவங்களை பேசுவார்கள். ஆனால் பெண்-கள் புரட்சியாளர்கள். புரட்சிகளை செய்பவர்கள்.

"இல்ல ஆதிரா நான் பேசிட்டேன் ஆனால் ஒத்துக்க மாட்டாங்க".

"ஆதவா ! 'ஆதவன்' என்றால் சூரியன் எல்லாருக்கும் பொதுவானவன். நீ அப்படி இருக்கணும்னு ஆசைப்படறேன். உனக்கு ஒரு நீதி. அந்த

பொண்ணுக்கு ஒரு நீதியா? நீ பேசு, உன்னால கண்டிப்பா பேச முடியும். உனக்கு அந்த அளவுக்கு ஒரு தகுதி இருக்கு. அருமையா பேசுவ. கொஞ்சம் யோசி. பேசு", என்றாள்.

"சரிமா நான் பேசுறேன். நான் பேசிட்டு உனக்கு சொல்றேன் ".

இரண்டு வாரங்களுக்கு பிறகு அதிரைக்கு போன் வந்தது.

"நீ சொல்லுடா. என்ன ஆச்சு. சரி போய்ட்டு வா", என்றாள்.

"ஏதோ பெரிய பிரச்சனைனு அவசரமாக ஊருக்கு வரச்சொல்லுறாங்க" என்று ஆதவன் கூறிவிட்டு சென்றுவிட்டான்.

அதிரை காத்திருந்தாள்.

இரண்டு நாட்கள் ஆகிவிட்டது. வாட்ஸ்அப் மெசேஜ் இல்லை. கால் இல்லை. நார்மல் மெசேஜ் கூட இல்லை. பரிதவித்து விட்டாள்.

என்ன நடக்கிறது என்று புரியவில்லை.

பிரெண்ட்ஸ் எல்லாருக்கும் கால் பண்ணி கேட்கிறாள். யாரிடமும் எந்த தகவலும் இல்லை. அவனுடைய உற்ற தோழன் வானவில். அவனுக்கு போன் பண்ணி கேட்கிறாள்.

அவன் முற்றும் முழுவதுமாக தெரியாதது போல் பேசி போனை வைத்து விட்டான்.

இவளுக்கு ஏதோ சந்தேகம் வந்து விட்டது.

"ஏன் இப்படி நடக்குது? உள்மனசு ஏதோ சொல்லுதே. சரி காத்திருப்-போம் இரண்டு நாட்கள்", என்று காத்திருக்கிறாள்.

ஒரு தகவலும் இல்லை. அப்பாவின் நண்பருடைய குடும்ப கல்யாணத்-

திற்காக கோயம்புத்தூருக்கு நான்கு நாட்கள் சென்று விட்டாள்.

திருமணம் முடிந்து, சரி அவன் சொந்த ஊருக்கே சென்று பார்ப்போம் என்று தன் தோழி ஒருவரை அழைத்துக்கொண்டு அவனுடைய ஊர் ராஜபாளையத்திற்கு ரயிலில் புறப்படுகிறாள்.

முதல்முறையாக அவனை சந்தித்தது லேப் கிளாசில். சற்று ஒதுங்கியே இருந்த அவனை பிடித்திருந்தது. நான் தான் அவன்கிட்ட பேசினேன். அதுவும் கேட்டால் கேட்டதற்கு பதில் சொல்லுவான், ஒரு மாதத்துக்கு பிறகுதான் சகஜமானன்.

"உன் பெயரின் அர்த்தம் என்ன?", என்று கேட்டான். ஆசை ஆசை-யாக என் பெயரை அழைத்தான்.

சிறுவயது முதலே பல பேருக்கு நான் விளக்கிவிட்டேன். ஆனாலும் இவனிடம் சொல்லவே இல்லை.

"உன் பெயரின் விளக்கம் என்ன?", என்று திரும்ப அவனிடம் கேட்-டேன்.

ஏனோ அவன் திருதிருவென்று முழித்துக் கொண்டிருந்தான். சரி தெரி-யயவில்லை என்று நானும் விட்டு விட்டேன்.

பிறகு கூகுளில் பார்த்தேன் 'சூரியன்' என்று இருந்தது. மறுநாள் சொன்-னேன், "உன் பெயரின் அர்த்தம் சூரியன்", என்று. அவன் சிரித்துக்-கொண்டே, "எனக்கு நன்றாக தெரியும்". என்றான்.

"ஏன் சொல்லல?". அப்போதும் அதே சிரிப்பு.

ஏனோ அந்த சிரிப்பு மட்டும் எனக்கு ரொம்ப பிடித்துப் போனது. இரு-வரும் நட்பானோம், இணைபிரியா நட்பானோம்.

மாலுக்கு சென்றோம். ஒன்றாக படித்தோம். ஒன்றாகவே உலாவினோம்.

கல்லூரியில் நாங்கள் ஒன்றாக சுற்றாத இடமே இல்லை. பல கதைகள் பேசினோம். அவன் ஊரைப்பற்றி, குடும்பத்தை பற்றியும் சிறு வயதில் செய்த சாகசங்களை, குறும்புகளை, தவறுகளை இப்படி பல பல கதை- களை பேசி கதைத்தோம்.

இன்னும் பேச வேண்டும் என்றே தோன்றியது.

மாலுக்கு செல்வோம், தியேட்டருக்குச் செல்வோம், நான் வீடு வந்து சேரும்வரை பின்னாலேயே பைக்கில் பாதுகாப்பை உறுதி செய்வான்.

அவன் இருக்கும் பொழுது, ஒரு பாதுகாப்பு உணர்வு. குஞ்சிகளைக் காக்கும் பெட்டை போல.

ஏதோ என்னை அவன் பார்த்துக் கொள்வான் என்ற பெரும் நம்பிக்கை.

சட்டென முடிந்தது நான்கு வருடம்.

இருவருக்கும் வேலை கிடைத்தது அவன் ஹைதராபாத் சென்றான் ட்ரெய்னிங்கிற்காக.

அந்த ஒரு மாதம் அவனை நேரில் சந்திக்காத ஒரு பெருங்காலம்.

என்னவனும் சென்னை வந்தான், நண்பன் வானவில் ரூமில் தங்கினான். நாங்கள் பொதுவாக சந்திக்கும் மாலில எங்களுடைய பிரதான கடையில் சந்தித்தோம்.

அந்த நொடி மனதில் ஆயிரம் பட்டாம்பூச்சிகளின் ஆனந்த நடனம். இன்றும் என் நெஞ்சில் வானவில்லாய் அந்த காட்சி.

நெஞ்சு விம்மி விம்மி வைத்த அந்தக் கண்ணீர். ஆனந்தக் கண்ணீர் ! காதலின் கண்ணீர்! இதய ஊற்றின் பெருவெள்ளம்.

அன்றே உணர்ந்தேன் என் காதலை.

நானும் சொல்லவில்லை அவனும் சொல்லவில்லை.

கடந்தோம்.. களித்தோம்.. காதல் கொண்டோம்...

நான் சந்தித்த நாள்முதல் இதுநாள் வரை, அவன் என்னிடம் சொல்லா-மல் எங்குமே சென்றதில்லை. இந்த ஒருவாரம் எங்கே சென்றான் என்று தெரியவில்லை.

அவன் வீட்டை தேடி கண்டு பிடித்து உள்ளே சென்றேன். மிகச் சிறிய வீடு. ஏதோ விசேஷம் நடந்தது போன்ற ஒரு தோற்றம் உள்ளிருந்-தது. அவன் அம்மா அவனை கூப்பிட்டார்கள். என்னைப் பார்த்தவுடன் சிலை ஆகிவிட்டான். அவனும் மாறியிருந்தான். கைகளிலே பிரேஸ்-லெட், கழுத்தில் புது செயின், விரல்களில் மோதிரம் புரிந்துவிட்டது.

நெஞ்சம் விடைத்தது, மனதை பிசைந்தது. கண்ணீர் கொட்டியது, ஒரு வார்த்தையும் பேசவில்லை.

ஆயிரம் இடிகளை தாண்டி, பல மின்னற்கீற்றுகளை கண்ணால் பார்த்-தது போன்று கண்ணீர் தாரை தாரையாக கொட்டியது, தொண்டை அடைத்துக் கொண்டது.

என் தோழிக்கும் புரிந்தது, ஒன்றுமே பேசவில்லை. வீட்டை விட்டு வெளியேறினோம்.

என் தோழி கோபத்தின் உச்சத்திற்கே சென்றுவிட்டாள். அவனை ஏதா-வது பண்ணனும் என்று கோபமாக கத்திக்கொண்டே வந்தாள்.

அவளை சமாதானப் படுத்தினேன். ஆட்டோவில் ஏறி பஸ் ஸ்டாண்ட் போகச் சொன்னேன்.

பஸ் ஸ்டாண்ட் வந்தோம். அடுத்த பஸ் மதியம் 2 மணிக்கு என்றார்கள். புக் பண்ணிட்டு ஹோட்டல் போய் டிரஸ் எல்லாம் எடுத்து வைத்து விட்டு நன்றாக சாப்பிட்டோம்.

சிறிது நேரம் படுத்தோம். தோழியை எழுப்பினேன். புரியாமல் விழித்தாள்.

ரூம் சர்வீஸ் சில பிரிண்ட் அவுட்டை தந்தார். போனை எடுத்து கூகுள் மேப்பில் ஏதும் சர்ச் பண்ணி ஓலாவில் ஆட்டோ புக் பண்ணினேன்.

ஆட்டோ நேராக போலீஸ் ஸ்டேஷன் சென்றது. சப்-இன்ஸ்பெக்டரிடம் கம்ப்ளைனட் கொடுத்தேன்.

அவர்கள் என்ன விஷயம் என்று கேட்டார்கள். வாங்கிக்கொண்டு இதற்கான ஆதாரம் என்னவென்று கேட்டார். கைப்பையிலிருந்து திருமண பத்திரிக்கையை எடுத்து தந்தேன்.

சப்-இன்ஸ்பெக்டரிடம், "இது ஒரு இல்லீகல் மேரேஜ். சட்டப்படி இது தவறான விஷயம். ஒரு மைனர் பொண்ணுக்கு கல்யாணம் நடந்து இருக்கிறது. இதுதான் பத்திரிக்கை, அவங்களோட ஆதார் கார்ட். வயசு இன்னும் 18 பூர்த்தியாகவில்லை. 17 வயசு பத்துமாசம் தான் ஆகிஇருக்கு. நீங்க சட்டப்படி நடவடிக்கை எடுங்க, நான் சென்னைக்கு போறேன், என்னுடைய வக்கீல காண்டாக்ட் பண்ணுவார்."

தோழி வியப்புற்று கேட்டாள், "உனக்கு எப்படி இதெல்லாம் கிடைத்தது?". வாட்ஸ்அப்பில் அவன் திருமண அழைப்பிதழும், அவளுக்கு 18 வயசு ஆக இன்னும் மாதங்கள் இருப்பதைப் பற்றிப் புலம்பியதும், முன்னொரு சமயம் அவன் ஆதார் கார்டை அனுப்பியதும் நினைவுக்கு வந்தது. நான் தோழியிடம் ஒன்றும் சொல்லவில்லை .

"அவன் வீட்டில் காப்பி எடுத்து வந்த அந்த சின்ன பொண்ண பார்த்தேன். அவ காலேஜ் போகனும்ணு ஆசைப்பட்ட பொண்ணு. எனக்கு மட்டும் துரோகம் பண்ணல. இந்த பொண்ணுக்கு சேர்த்துதான் அவன் துரோகம் பண்ணிட்டான்.

ஆயிரம் பிரச்சினை இருக்கட்டும்.ஆனாலும் அவன் பயந்தது தப்பு.

ஆண் என்பது பாதுகாப்பு. அந்த பாதுகாப்பு எப்ப அவனை விட்டுப் போயிடுச்சோ. அப்போ அவன் ஒரு நல்ல ஆண்மகனாக இருப்பதற்கு வாய்ப்பும் குறைஞ்சிடுச்சு, காதலும் காணாம போயிடுச்சி".

ஆதவனும் ஆதிரையும் ஒன்னா இருக்க வாய்ப்பே இல்லை.

சூரியன் இருக்கும்போது நட்சத்திரம் இருக்காது.

ஏனென்றால்,

ஆதிரை ஒரு ஸ்பெஷல் நட்சத்திரம் !

ஆகையால் அது கொஞ்சம் ஸ்பெஷலாகவே இருக்கும் !

3

கனவோடு நினைவா?
நினைவோடு கனவா?

கன்னம் சிவக்கிற கடும்குளிர், பனிப்பெய்கிற முன் பொழுது வேளை.

சூரியனை இன்னும் காணவில்லை .

ஏதோ ஒரு டிக்கடையில், டி அருந்திக் கொண்டிருக்கிறேன்.

டிக்கடையும் இந்த கடும் குளிரும் அன்னியமாக தெரிகிறது.

அங்குள்ள மனிதர்கள் பார்ப்பதற்கு ஏதோ அரபு தேசத்தினர் போன்று தெரிகிறார்கள்.

குளிரினால் போர்வை போன்ற துணியை போர்த்தி இருக்கிறார்கள்.

கைகளில் டி கிளாஸ் , அடுப்பு, டி மாஸ்டர் என எதுவும் இது நம் ஊர் இல்லை என்று உறுதிப்படுத்துகிறது.

டியின் சுவை மிக அருமை. முன்பு எப்போதும் சுவைத்திடாத டி .

ஆட்டுப்பால் டீயாக இருக்கலாம்.

சிறுவயதில் ஒரு கிராமத்தில், கண் முன்னே பாலைக் கறந்து டீ போட்டு தந்தார்கள்.

ஏதோ குடிக்கக் கூடாத ஒன்றை குடிப்பதைப் போன்று பருகினேன். ஆனாலும் ருசி இன்றும் நாக்கில்.

திடீரென ஒரு ஜீப் வந்தது.

நான்கு ராணுவ வீரர்கள் மிடுக்காக இறங்கி வந்தனர்.

அவர்கள் குளிருக்கு அங்கி அணிந்து இருந்ததால் எந்த நாட்டுப்படை-யினர் என அறியமுடியவில்லை.

மிகவும் கலகலப்பாக அரட்டை அடித்துக் கொண்டு, டீயும் பிஸ்கட்டும் சாப்பிட்டனர்.

இந்தி பேசுகிறார்களா? அல்லது பஞ்சாபியா? ஒன்றும் விளங்கவில்லை.

உரத்த சிரிப்பு. அந்த பனியையே முட்டித் தள்ளிடும் போலிருந்தது.

அவர்களுக்கு வாக்கி டாக்கியில் அழைப்பு வர, அவசர அவசரமாக ஓட்டம் எடுத்தனர்.

டிக்கடைக்கார் காசு வாங்க முடியாமல் திருதிருவென முழித்தார்.

பின்பு மெல்ல மெல்ல சூரியன் தோன்றினான்.

கண்டுகொண்டேன்.

பச்சை கொடி, உருது எழுத்துக்கள்.

பாகிஸ்தான் !

அட உண்மையாக பாகிஸ்தான் !

குழப்பம் தொடங்கியது.

நமக்கு தமிழ் மற்றும் ஆங்கிலம் தவிர வேறு மொழிகள் தெரியாது.

'துமாரா நாம் கியாஹே' கூட தப்பும் தவறுமாகத்தான் சொல்வோம்.

நன்றாக சிக்கிக் கொண்டேன்.

டிக்கடைக்காரர் என்னை பார்த்து சிரித்தார்.

அந்த சிரிப்பின் அர்த்தம் புரியவில்லை.

நான் பாகிஸ்தானில் என்ன செய்து கொண்டிருக்கிறேன்.

மெல்ல உள்ளூர் ஆட்களும் சிரிப்பது போல் இருந்தது.

திகிலின் உச்சம்;
இங்கிருந்து தப்ப வேண்டும்.
பயம் கவ்வி தொண்டையை அடைத்தது..
பயம், பயம்....

யூரின் போய் விட்டது போன்ற உணர்வு.

நான் மெல்ல என் பேண்டை தடவிப் பார்க்கிறேன் நனைந்துவிட்டதா
என்று.

நன்றாக நனைந்து விட்டது, பயத்தில் சிறுநீர் கழித்து விட்டேன்.

என்னை யாரோ நன்றாக உலுக்கினார்கள்.

அப்போதுதான் தெரிந்தது. என் செல்ல மகள் தூக்கத்தில் நனைத்து விட்டாள் என்று.

கனவா? நினைவு!

கண் விழித்தப் பிறகு பெருத்த ஆச்சரியம்.

நான் கனவில் பயந்ததும் சிறுநீரும் ஒன்றானது எப்படி?

கண்திறந்த வாழ்க்கையில்...

பல நிகழ்வுகளை கடந்து இருப்போம் ஆனால் சில நிகழ்வுகள் நம்மை வியக்க வைக்கும்.

நிறைய பார்த்தோம், சந்தித்தோம், களித்தோம், கடந்தோம்.

ஆனால் கனவுகளில்?

மகிழ்வான கனவுகள், குழப்பமான கனவுகள், துயரமான கனவுகள் என பட்டியல் நீளும்.

ஏன் கனவுகள் வருகிறது ?

கண் திறந்த கனவுகள் காவியம் படைக்க.

இரவின் கனவுகள் எதை சொல்கின்றன?

'சிக்மென்ட் ப்ராய்டு' என்பவர் இதற்கு காரணம் காமம், இச்சை என்று விளக்கமளிக்கிறார்.

ஆனால் இதுமாதிரியான கனவுகளை எப்படி தரம் பிரிப்பது.

கண் தூங்கினால் கனவு
கண் திறந்தால் ?
விழிக்கின்ற கனவா!

கனவோடு நினைவா?
நினைவோடு கனவா?

4

தாய்ப்பறவை

நேர்மைக்கு ஒரு சக்தி இருக்கு. உண்மைக்கும் மதிப்பு இருக்கு.

ஆனால் எது உண்மை, யாரு சொல்றது உண்மைனு எப்படி தெரிஞ்சிக்-
கிறது. ரொம்ப சிக்கலானது இதுதான்.

கௌரவமான குடும்பத்தில் அவன் ஒரே பையன். இளங்கன்று பயமறி-
யாது என்பது போல அந்த இளம்பிள்ளை கூடாநட்போடு கூடிக் களித்-
தது.

மகனை கடும்சொல் சொல்ல பெற்றோருக்கு தயக்கம். "தவமாய் தவமி-
ருந்து பெத்த மவன ஏதும் சொல்லிடாதீங்க", இளவயசு போக போக
சரியாகிடும்னு மற்றவர்களையும் அடக்கி விட்டனர்.

"நாங்க ஓடி ஓடி சம்பாதிக்கிறது எல்லாம் யாருக்கு? அவனுக்கு மட்டும்-
தானே."

தன்னுடைய தவறுக்கு வக்கீலாகவும், பிறர் தவறுக்கு நீதிபதியாகவும்
இருப்பது மனிதனின் இயல்பு போல.

பையனுடைய சகவாசம் சரியில்லைனு பக்கத்துக்கு நகரத்தில் உள்ள
கல்லூரியில் சேர்த்து விட்டனர் பெற்றோர்.

புது இடம், புதிய மனிதர்கள் என சில காலம் சேட்டைகளற்ற காலமாக இருந்தது.

அவனுக்கு படிப்பில் குறையில்லை. கல்லூரியிலே ஒழுக்கமான மாண-வனாக தேர்வை முடித்த பிறகு, மீண்டும் புயல் வீசத் தொடங்கியது.

சில நேரங்களில் நல்லவைகள் நம் காதுகளில் விழும். நாம்தான் புறந்-தள்ளி விடுவோம்.

அவனுடைய தாய்வழி தாத்தா தன் வீட்டுக்கு அனுப்ப சொன்னார்.

"இப்போ ஒழுங்கா இருக்கான். அதனால அங்க விடவேணாம். லீவ்ல நம்ம வீட்ல இருக்கட்டும்", என எவ்வளவோ கெஞ்சினார். ஆனால் பெத்த மனசு. "பிள்ளை இப்போதான் வீட்ல இருக்கப் போறான். அதனால எங்ககூடயே வச்சி பாத்துக்க போறேனு" சொல்லிட்டாங்க.

மனித மனதின் சூட்சமத்தை அனுபவத்தின் வழியே பெற்ற அந்த பழுத்-தப்பழம் ஒருவேளை துயரத்தின் வாசனையை முகர்ந்ததோ என்னவோ?

மனிதன் எப்பவும் பழக்கவழக்கங்களால் ஆனவன். தினமும் மதியம் சாப்பாடு உண்டவனிடம் சப்பாத்தி என மாற்றினால், மாறுவதற்கு கொஞ்சம் கஷ்டப்படுவான்.

மாற்றமுடியாதது எதுவும் இல்லை. ஆனால் சுலபத்தில் எதுவும் மாறுவ-தில்லை.

அதேபோல் விட்டகுறை தொட்டக்குறையாக இருந்த கூடாநட்பு, இப்-போது மீண்டும் துளிர்விட ஆரம்பித்தது.

சிகரெட், தண்ணி, செக்ஸ் புத்தங்கள், செக்ஸ் வீடியோக்கள் என நாளுக்குநாள் முன்னேற்றம் கண்டது.

மகனின் மாற்றத்தினால் கலக்கமானாலும், லீவ் முடிஞ்ச பிறகு சரியாயி-

டும்னு என்று பெற்றோர் தேற்றிக் கொண்டனர்.

நம்பிக்கை தானே வாழ்க்கை. சில நேரங்களில் அவநம்பிக்கையும் கூட.

காலேஜ் திறப்பதற்கு இரண்டு நாட்களுக்கு முன், மலையாளப் படம் பார்க்க போகலாம்னு நட்பு வட்டம் சூடேற்ற , போதை மூளையில் களியாட்டம் போட்டப்படி சினிமா தியேட்டரில் ஒரே ரகளை.

அதை தட்டிக்கேட்டவரிடம் நட்பு கும்பல் தகராறு செய்ய, என்ன நடந்தது ஏது நடந்தது எனத் தெரிவதற்குள் அவன் கைகள் முழுவதும் இரத்தம்.

இரத்தத்தைப் பார்த்ததும் மயங்கிய அவன், கண் விழித்தது காவல் நிலையத்தில் தான்.

நண்பர்கள் பற்கள் போல, ஒரு சொத்தைப்பல் பல நல்ல பற்களை சேதப்படுத்தி, இன்னும் பல சொத்தைகளை ஏற்படுத்தும்.

அவன் எவ்வளவுதான் தேடினாலும் யாரும் அவன் அருகில் இல்லை, கூடாநட்பு கேடாய்தான் முடிந்தது.

சினிமா தியேட்டரில் நடந்த கைகலப்பு ஒரு உயிரைக் காவு வாங்கியது. அவனுக்கு நன்றாகத் தெரியும் தான் செய்யவில்லையென , சந்தர்ப்ப சாட்சியங்கள் அவனுக்கு எதிராகவே இருந்தன.

தலையில் இடி விழுந்தால் எப்படி இருக்கும். "எல்லாம் சரியா நடக்குதுனு நினைச்சேனே ! இப்படி ஆகிடுச்சே. ஏறாத கோயிலில்லை, கும்பிடாத சாமியில்லை இருந்தும் வானம் இருண்டு போச்சே", அவனோட தாத்தாவை கட்டிப்பிடிச்சி அழுதாள் அவனோட அம்மா.

அனுபவம் மட்டும்தான் பல நேரங்களில் நம்மை காக்கும். அனுபவமிக்க தாத்தாவின் அறிவுறுத்தலின் படி நம்பிக்கையோடு வழக்காடு மன்றம் ஏறி இறங்கினாள் அவனுடைய அம்மா.

கலகலப்பான சிவபக்தரான அவனுடைய தந்தை மௌனமானார். தினந்-
தோறும் சிவாலயம் சென்ற அவர் இப்போது மகனுக்காக சிறைக்கும்
நீதிமன்றத்திற்கும் தினந்தோறும் சென்றார்.

மாஜிஸ்ரேட் கோர்ட் அவனுக்கு மரணதண்டனை அளித்து தீர்ப்பெழுதி-
யது.

கலங்காமல் அவனுடைய தாயாரும் உயர்நீதிமன்றத்தை நாடினாள் .

பெத்த வயிறு, உணவையும் உணர்வையும் ஊட்டி வளர்த்த புள்ளைய
எப்படி விட்டுக்கொடுக்கும்.

ஆண் கூட கலங்கி நின்னுடுவா. ஆனா பெண் எப்பவும் விடுறது
இல்லை.

அவனின் வயதை கருத்தில் கொண்டு, உயர்நீதிமன்றம் ஆயுள் தண்-
டனையாக குறைத்தது.

அவனும் வாழ்க்கையின் விளையாட்டை அறிந்து கொண்டான். தன்
படிப்பை தொடர்ந்தான். சககைதிகளுக்கு எழுதப் படிக்க கற்றுக்கொடுத்-
தான்.

சிறைச்சாலை விதிகளின் படி, பரோல்ல வீட்டுக்கு வந்தாலும் அவ்வளவு
அமைதி, நல்லொழுக்கம்.

அவங்க கடையில் உட்கார்ந்து வியாபாரமும் கற்றுக்கொண்டான்.

மக்களுக்கு அவன்கிட்ட பேசத் தயக்கம், மெல்ல மெல்ல மக்களும் ஏற்-
றுக்கொண்டனர்.

வாரம் தவறாமல் மகனை பார்த்து , நான் இருக்கேனு திரும்ப திரும்ப
அவன் அம்மா ஊக்கப்படுத்திக்கிட்டே இருந்தார்.

மகன் சீக்கிரம் வரணும்னு ஏறாத கோயில் இல்லை, செய்யாத அர்ச்-சனையில்லை.

கிட்டத்தட்ட 13 முறை முடி காணிக்கையும், பல முறை பால்குடம்/காவடி எடுத்தும், பழனி/திருப்பதிக்கும் நடேந்தே 30 முறைக்கு மேல மலையேறி வேண்டினார் அவனுடைய அம்மா.

அப்பாவும் தொழில்ல இரவு பகலா உழைச்சி பையனின் கேஸ் செல-வுக்கு சம்பாரிச்சார்.

தாயின் தவம் பலித்தது.

15 வருடங்களுக்குப் பிறகு நல்லெண்ண அடிப்படையில் அவனை விடு-வித்தது அரசு.

10மாத கர்ப்பத்தை விட, 15 வருடம் தன் குஞ்சை அடைக்காத்து, சுதந்-திர பறவையாக மாற்றியிருக்கிறது, தாய்ப்பறவை!

அவனுக்கும் வாழ்க்கை ஆரம்பமானது 35 வயதில், கல்யாணமும் பண்-ணிக் கொண்டான்.

அப்பா தொழிலை சிறப்புற நடத்தினான். ஒருநாள் பெரும் கூட்டம் கடை முன்னே. பிரபல அரசியல் கட்சியின் தலைவர் இவனை நோக்கி வர. இவனுக்கு எங்கேயோ பார்த்த நினைவு.

தியேட்டரில் இரும்புத்தடியால் அடித்த அதே முகம், கூடாநட்பு இன்று பிரபல அரசியல்வாதியாக.

எது உண்மை, எது சத்தியம், எங்கேயிருக்கு நேர்மை...மனசு ஆயிரம் கேள்வி கேட்டப்போதும், தன் தந்தையிடம் கண்ணை காட்டி விட்டு உள்ளே சென்றுவிட்டான்.

பழிவாங்கலில் பெரிது, தெரிந்தும் அமைதியாய் போவதுதான்.

அந்த வலி பழிவாங்குவதை விட கொடுமையானது.

5

தெரிந்து வினையாடல்

"போராடுவோம் போராடுவோம்!
இறுதிவரை போராடுவோம்!
வெற்றி பெறுவோம்!
வெற்றி பெறுவோம்!
உறுதியாக வெற்றி பெறுவோம்!"

தொழிலாளர்களின் ஆக்ரோசமான குரல், ஒலிப் பெருக்கி இல்லாமலே, ஜிஎம் ஆபீஸ் வரை கேட்டது.

ஜிஎம் ஆபீஸ் வரவேற்பறையில், தொழிலாளர் யூனியனின் சங்க பிரதி-நிதிகள் முதலாளியுடன் பேசுவதற்காக காத்திருந்தனர்.

உள்ளிருந்து ஜிஎம் உதவியாளர் வந்து, "யாரும் உள்ளே வந்து கோஷம் போடக்கூடாது, முதலாளி முன்னாடி கத்தி பேசக்கூடாது. கரெக்டா ஞாபகத்துல வெச்சுக்குங்க", என்று கூறி திரும்பவும் உள்ளே சென்று விட்டார்.

தொழிலாளர் யூனியனில் ஆபீஸ் உதவியாளர் சாமி, மெல்ல தலைவர் குணசேகரனின் காதில், "குணா அண்ணே, யாரையும் வெளியில்

அனுப்பிடாமா பார்த்துக்குங்க. பாவம்ன நம்ம ஆளுங்க."

யூனியன் செகரட்டரி ஸ்டிபன், "அதெல்லாம் கவலைப்படாத சாமி, எல்லாத்தையும் நாங்க பார்த்துக்கிறோம். யாருக்கும் இங்கே வேலை போகாது", என்று திடமாக கூறினார்.

யூனியன் துணைத் தலைவர் சங்கரலிங்கம் சற்று கவலையான குரலில், "இதெல்லாம் இந்த மெஷின்களால வந்தது. புதுசு புதுசா மெஷினை கண்டுபிடிச்சு நம்ம உசுர தான் எடுக்குறாங்க. இப்படியே ஆட்டோமேட்-டிக்கா எல்லாத்துக்கும் மெஷின் வந்துருச்சுனா மனுஷனுக்கே வேலை இல்லாம போயிடும் போல இருக்கு", என்று புலம்ப ஆரம்பித்தார்.

"இதே கோயமுத்தூர்ல நம்ம பல்லடம் பக்கத்துல ஒரு பேக்டரியில் இப்படித்தான் புதுப்புது மெஷினை வாங்கினார்கள் ஆனால் அவங்க யாரையும் வெளியில் அனுப்பலை. பேக்டரியத்தான் பெரிசு பண்ணாங்க. தொழிலாளர்கள் சந்தோஷமா அங்கே தான் வேலை பார்க்கிறார்கள்", என்று கூறினார் யூனியன் பொருளாளர் மகேந்திரன்.

"அது என்னமோ.... நம்ம பேக்டரில 4000 பேர் வேலை பார்க்கிறோம். திடுதிப்புன்னு வந்து ஆயிரம் பேர நீக்குறேனு சொன்ன அது எப்படி சரியாகும்?", என்று வெள்ளந்தியாக கேட்டார் சாமி.

இதையெல்லாம் கேட்டுக்கொண்டே, சற்று சிந்தனையோடு கவனித்துக்-கொண்டிருந்தார் தலைவர் குணசேகரன்.

ஜிஎம் அறையின் கதவு திறக்கப்பட்டது ஜிஎம் வெளியே வந்தார்.

"உங்கள் கோரிக்கைகள் அடங்கிய மனுவை எங்கிட்ட கொடுங்க. முத-லாளி அதை பாக்கணும்னு சொல்றார். இன்னும் கொஞ்ச நேரத்துல உங்களையெல்லாம் உள்ளே கூப்பிடுவார், உள்ளே வந்து பொறுமையா தெளிவா ஒருத்தர் மட்டும் பேசுங்க. ஆளாளுக்கு பேசக்கூடாது", என்று செயலாளர் ஸ்டிபனை நோக்கியே சொன்னார்.

"எல்லாரையும் கூட்டிட்டு, ஒருத்தர் தான் பேசணும்னு சொன்னா என்ன அர்த்தம்?", என்று ஸ்டிபன் கேட்டார்.

"இப்பதான் சொன்னேன். தெளிவா ஒருத்தர் தான் பேசணும்னு. இந்த மாதிரி குறுக்கமறுக்க பேசுற மாதிரி முதலாளி கிட்டயும் பேசாதீங்க."

"யார் குறுக்கா மறுக்கா பேசுனா, நீங்க பாத்தீங்களா ?", என்று செய-லாளர் ஸ்டிபன் கோவப்பட.

"இதற்குதான் உங்களை எல்லாம் நான் கூப்பிட கூடாதுன்னு முதலா-ளிக்கிட்ட சொன்னேன். தலைவரை மட்டும் போதும்னு. அவரு கேட்-கலை", என்று ஜிம் திரும்ப கோபப்பட.

ஒருவழியாக தலைவர் குணசேகரன் இருவரையும் சமாதானப்படுத்தி அமர வைத்தார்.

"நம்ம செயலாளர் ஸ்டிபனுக்கு, ஜிம் கூட அப்படி என்னதான் பிரச்-சனைன்னு தெரியலை. எப்ப பார்த்தாலும் சண்டை போட்டு இருக்-காங்க", என்று மனதுக்குள் நினைத்துக் கொண்டார் சாமி.

"முதல்ல பிளான் பண்ணி இந்த ஜிம்மை தூக்கணும். இந்த மேட்டர் முடியட்டும் இல்லைனா இந்த மேட்டர் கூடவே ஜிம்மையும் சேர்த்து தட்டணும். உனக்கு வைக்கிறேன்டா ஆப்பு", என்று கர்வமாக திட்டமிட்-டுக் கொண்டிருந்தார் செயலாளர் ஸ்டிபன்.

"ஒருத்தர் மட்டும்தான் பேசணுமா? முதலாளி மட்டும் கூப்பிடட்டும் உள்ள போயி நானும் பேசி கலாட்டா பண்ணி, முதலாளிக்கு உன் மேல கோவத்தை உண்டாக்கி, உன்ன வெளியில அனுப்ப வைக்கலை என் பேரு ஸ்டிபன் இல்லைடா", என்று திட்டம் தீட்டினார் ஸ்டிபன்.

"நாம உள்ள போயி, சுமுகமாக பேச்சுவார்த்தையை முடிச்சு, பிரச்சி-னையை தீர்க்கலாம் என்று பார்த்தால் இந்த ஸ்டிபன் சும்மா இருக்க

மாட்டான் போல. இந்த பிரச்சினை முடிஞ்ச உடனே முதலாளிக்கிட்ட பேசி என் பையன இந்த பேக்டரியில சேர்த்து விடலாம்னு பார்த்தா", என்று கவலையோடு யோசிக்க ஆரம்பித்தார் துணைத்தலைவர் சங்கரலிங்கம்.

போனவாரம் முதலாளியின் வீட்டிற்குச் சென்று தன் மகனை அறிமுகப்படுத்தி வேலை தருமாறு விண்ணப்பித்து வந்தார் துணைத்தலைவர் சங்கரலிங்கம். முதலாளியும் பேக்டரி இப்போ ஒரு முக்கியமான கட்டத்தில் இருக்கிறது அது முடிந்தவுடன் கண்டிப்பாக சேர்த்துக் கொள்கிறேன் என்று வாக்குறுதி அளித்தார். ஆனால் சங்கரலிங்கத்திற்கு தெரியாது, இந்த புதுமிஷின்களை பற்றி தான் முதலாளி அன்று குறிப்பிட்டார் என்று.

திடீரென தொழிலாளர்கள் வேலை இழப்பு பிரச்சனை வெடித்தது. இந்த பிரச்சினை முடிந்தவுடன் தன் மகனை கண்டிப்பாக வேலைக்குச் சேர்த்துக் கொள்வார் என்று முழுவதுமாக நம்பினார் துணைத்தலைவர் சங்கரலிங்கம் .

வேலை இழக்கும் தொழிலாளர்களை காட்டிலும், தன் மகனுக்கு இதே பேக்டரியில் வேலை கிடைக்குமா என்பதுதான் துணைத்தலைவர் சங்கரலிங்கத்தின் பெரும் கவலை.

"ஜீஎம் சார் இவ்வளவுதான் நிபந்தனையா? இல்லை இன்னும் நிறைய விஷயங்கள் இருக்கா? முதலாளி பக்கத்துல எப்படி நிக்கணும், எப்படி பேசணும்னு எல்லாத்தையும் தலைவர்கிட்ட தெளிவா சொல்லிடுங்க. ஏன்னா அவர் தானே பேச போறாரு", என்று பீடிகை போட்டார் பொருளாளர் மகேந்திரன்.

பொருளாளர் மகேந்திரனுக்கு தலைவர் குணசேகரனை, எப்போதுமே பிடிக்காது. ஏதோ ஒரு மர்மம் குணசேகரிடம் இருப்பதாக எப்போதுமே அவருக்கு ஒரு உணர்வு.

பொருளாளர் மகேந்திரனும் பலமுறை பலரிடமும் இதே கருத்தை தெரி-
வித்திருக்கிறார்.

"நம்ம தலைவருக்கும் முதலாளிக்கும் ஏதோ உள்குத்து இருக்குனு
நினைக்கிறேன். எனக்கென்னமோ இது சரியாபடல."

ஆனால் யாருக்கும் குணசேகரனை எதிர்க்க தைரியமும் இல்லை,
விருப்பமும் இல்லை.

தலைவர் குணசேகரன் தைரியமானவர். எப்போதும் எல்லா நேரங்களி-
லும் தொழிலாளருக்கு தேவை என்றால் முன் நிற்பவர்.

இந்த பேக்டரியை தன் வீடாகவும் இந்த தொழிலாளர்களே தன் உறவி-
னர்களாகவும் பாவித்து எந்நேரமும் ஃபேக்டரிக்குள்ளேயே உலாவிக்
கொண்டிருப்பார்.

யூனியன் ஆபீஸ் உதவியாளர் சாமி கூட பல நேரங்களில் தன் சொந்த
ஊருக்குச் சென்று, ஒரிரு வாரங்களுக்கு பிறகு திரும்பி வருவார்.
ஆனால் தலைவர் குணசேகரன் மட்டும் எல்லா நேரமும் ஃபேக்டரி,
ஃபேக்டரி யூனியன் ஆஃபீஸ் ரூம், என்று கிடையாய் கிடப்பார்.

பொருளாளர் மகேந்திரன் யூனியனில் பல தியாகங்களையும் பல நேர
உழைப்பை தந்தாலும் தலைவர் குணசேகரன் அளவுக்கு அவரால் முழு-
மையாக ஈடுபட முடியவில்லை.

தன் சொந்த குடும்பத்தை கவனித்துக் கொள்ள வேண்டிய பொறுப்பி-
னால் தலைவர் குணசேகரன் அளவுக்கு அவரால் நேரத்தை செலவிட
முடியவில்லை. அதன் காரணமாக தலைவர் போட்டிக்கு மகேந்திரனால்
நெருங்கவே முடியவில்லை. ஆனாலும் அண்ணன் எப்போது நகர்வான்,
திண்ணை எப்போது காலியாகும் என்று பொறுமையாக குணசேகரனை
தன் கண்களால் கவனித்துக் கொண்டே இருப்பார் பொருளாளர் மகேந்-
திரன்.

ஜிஎம் சற்று ஆழமாக தலைவர் குணசேகரனை நோக்கினார்.

குணசேகரன் முற்றும் துறந்த ஞானி போல, தீர்க்கமான சிந்தனையோடு, அமைதியான உடல் மொழியோடு அடக்கமாக காத்துக்கொண்டிருந்தார்.

சில நேரங்களில் உண்மை பொல்லாதது.

பொய் கூட மாறுவேடம் பல போட்டு உலகையே சுற்றி சுற்றி வரும். ஆனால் உண்மை எந்த வேடமும் போட முடியாமல் தன்னந்தனியாக சுற்றவும் முடியாமல் எவர் மனதிலோ அடைபட்டுக் கிடக்கும்.

அப்படித்தான் ஜிஎம் மனதிலும் தலைவர் குணசேகரன் மனதிலும் உண்மை அடைபட்டுக் கிடக்கிறது.

பல நேரங்களில் நாம் கண்ணால் காண்கின்ற பல பிரச்சனைகளுக்கு காரணம், நமக்கு தெரியாமலேயே போய்விடும்.

சில நேரங்களில் நாம் யூகிக்க கூட முடியாத அளவு, அந்தக் காரணம் இருக்கும்.

இந்தப் பிரச்சினையின் ஆணிவேர், இன்று நேற்று தொடங்கியது அல்ல, அது தொடங்கி ஐந்து வருடம் ஆகிறது.

இது முதலாளிக்கும் தலைவர் குணசேகரனுக்கும் இடையே நடைபெறும் யுத்தம். ஆம் சொத்துரிமையின் யுத்தம்.

தலைவர் குணசேகரன் இந்த ஃபேக்டரியில் பணிபுரிய தொடங்கி 15 வருடங்கள் ஆகிறது. கடந்த நான்கு வருடங்களாக யூனியன் தலைவ-ராக செயல்படுகிறார்.

தலைவர் குணசேகரனின் அம்மாவும், இதே பேக்டரியில் பணிபுரிந்தவர்-தான். அவர் இறந்து 12 வருடங்கள் ஆகிறது.

குணசேகரின் அம்மா இறப்பதற்கு முன், ஒரு உண்மையைச் சொல்-
லிவிட்டு இறந்துவிடுகிறார். அப்போதுதான் குணசேகரனுக்கே தெரியும்
தன்னுடைய உண்மையான தந்தை, இந்த ஃபேக்டரியின் முதலாளி
என்று.

விசயம் தெரிந்த நாள் முதலே செய்வதறியாது சுற்றிக்கொண்டிருந்த
குணசேகரனுக்கு, முதலாளியே வழியை போட்டுக்கொடுத்தார்.

குணசேகரனை அழைத்து, தன் பெயரில் இருக்கும் ஒரு சிறிய இடத்தை
எழுதி வைப்பதாக கூறி சில டாகுமென்ட்களில் கையெழுத்து இட
சொன்னார்.

குணசேகரன் சுதாரித்தான். இவ்வளவு நாட்களாக தந்தை இல்லாமல்
வளர்ந்தது, தன்னை மிகவும் காயப்படுத்தியது, அதற்கு சரியான
விலையை முதலாளி தரவேண்டுமென்று தீர்க்கமாக சொன்னான்.

முதலாளிக்கு தருவதற்கு விருப்பமில்லை. ஆகையால் சில வார்த்தைக-
ளைப் பேசி அவனை விரட்டி விட்டார்.

வெகுண்டு எழுந்த குணசேகரன் இந்த ஃபேக்டரியின் மீது உரிமை
கொண்டாட முடிவெடுத்தான் அதற்கு அவன் பயன்படுத்தியது, 'தொழி-
லாளர் யூனியன்'.

ஆறு மாதங்களுக்கு முன்பு முதலாளி அழைப்பதாக ஜிலம் தன்னுடைய
காரில் அழைத்துச் சென்றார்.

"இங்க பாரு குணசேகரா. இது சரிப்பட்டு வராது. நீ செய்றது கொஞ்சம்
கூட சரியில்ல. பேக்டரிக்கும் உனக்கும் சம்பந்தமே கிடையாது. தயவு-
செஞ்சு அந்த விஷயத்தை மனசுல இருந்து எடுத்துடு", என்றார்.

"அந்த பேக்டரிக்கும் எனக்கு சம்பந்தமில்லை என்றால் உங்களுக்கும்
என் அம்மாவுக்கும் என்ன சம்பந்தம்? இந்த ஃபேக்டரி எனக்கு மட்டும்-
தான் சொந்தம். நீங்க மொத்த சொத்தை யாருக்கு வேணாலும் குடுங்க.

அதை பத்தி எனக்கு கவலை இல்லை. ஆனால் இந்த ஃபேக்டரி இந்த குணசேகரனுக்கு மட்டும்தான்."

"நீ யூனியன்ல இருக்கற திமிர்ல தானே ஆடுற. பாக்குறேன். எவ்வளவு நாளைக்குனு?"

"தொழிலாளர்கள் முழுக்க என் பக்கம். உங்களால எதுவுமே பண்ண முடியாது. இந்த ஃபேக்டரில என்ன போகுது, என்ன வருது, யாரு இருக்கா, யாரு இல்ல, எல்லாம் என் கண்ட்ரோல்ல தான் நடக்குது."

மிகுந்த கோபத்தோடு முதலாளி வெளியே சென்றுவிட்டார்.

தன் காரிலேயே திரும்பவும், குணசேகரனை யூனியன் ஆபீசில் இறக்கி விட்டுவிட்டு ஜிம் சென்றுவிட்டார்.

அதன்பிறகு முதலாளியும் புதிய மாடல் மெஷின்களை இறக்குமதி செய்து. தொழிலாளர்களின் எண்ணிக்கையை குறைத்து குணசேகரனின் கொட்டத்தை அடக்க திட்டம் வகுத்து அந்த வேலையில் இறங்கினார்.

புது மிஷின்கள் வந்தது. பல ஆயிரம் தொழிலாளர்களை வேலை விட்டு செல்லுமாறு நோட்டீஸ் அளிக்கப்பட்டது.

யூனியன் போராட்டம் தொடங்கியது.

இன்று முதலாளியுடன் பேச்சுவார்த்தைக்காக யூனியன் ஆட்கள் வந்து காத்திருக்கின்றனர்.

ஜிம், தலைவர் குணசேகரன் மற்றும் முதலாளிக்கு மட்டுமே தெரியும். இது தொழிலாளர்கள் பிரச்சனை அல்ல குடும்ப சொத்துப் பிரச்சனை என்று.

பேச்சுவார்த்தைக்கு வந்த யூனியன் துணைத்தலைவர் சங்கரலிங்கத்திற்கு தன் மகனின் வேலை மீது ஆசை, செயலாளர் ஸ்டீபனுக்கு ஜிம்-ஐ

பழிவாங்க எண்ணம், பொருளாளர் மகேந்திரனுக்கு தலைவர் குணசேக-
ரனின் இடத்தை பிடிக்க விருப்பம், தலைவர் குணசேகரனுக்கோ ஃபேக்-
டரியை முழுவதும் அடைய ஆசை.

தொழிலாளர்கள் எப்படியாவது வேலைக்கு திரும்பிவிடுவார்களா என்ற
எதிர்பார்ப்போடு யூனியன் ஆபீஸ் உதவியாளர் சாமி அமர்ந்திருக்க,
முதலாளியிடம் இருந்து அழைப்பு வருகிறது.

யூனியன் ஆட்கள் முதலாளியின் ரூமுக்கு செல்கிறார்கள்.

6

பேரரவம் கேட்ட குயில்கள்

சில்லென்று அடிக்கும் சாரல் மழை,
எதிர்பாராத வேளையில் சட்டென்று கொட்டி,
மண்ணைக் குளிர்விக்கும் இம்மழையில்,
மண்வாசனையோடு சாரலில் நனைவது ஒரு குதூகலம்,
மண்ணின் மணம் ஒருவித கிளர்ச்சியை உண்டாக்கும்.

படபடவென்று பொழிந்த மழையின் இறுதியில், சாரல் துளித்துளியாய் காற்றோடு கலந்து நம் மேனி முழுவதும் சில்லென்று பட்டு உடல் முழு-வதும் வெடவெடக்கும்.

"டேய் சீக்கிரம் போலாம்டா எங்க அப்பா பாத்தா அவ்ளோதான்" என்-றான் நடராஜன்.

"ஆமாம் முருகா. நாம போயிடலாம் மழையில் நனைய வேண்டாம்", என்றாள் ஜீவாராணி.

நாங்க மூணு பேரும் வெவ்வேறு ஸ்கூல்ல படிச்சாலும், மாலை 5 மணி முதல் 7 மணி வரை அர்ஜுனன் சார்கிட்ட டியூஷன் படிக்க போவோம்.

சார் வீட்ல நாங்க ஒன்றாகவே இருப்போம்.

நானும் நடராஜனும், ஐந்தாம் வகுப்பு வரை ஒரே ஸ்கூல்ல தான் படிச்-
சோம். அப்புறம் அவங்க அப்பா அவனுக்கு பிரண்ட்ஸ் இருக்க கூடா-
துன்னு, பக்கத்து ஊர்ல இருக்கிற ஸ்கூல்ல சேர்த்துவிட்டார்.

ஜீவாராணி எங்க ஊர்ல இருக்கிற கவர்மெண்ட் ஸ்கூல்ல படிச்சிட்டு
இருக்கிறாள்.

டியூஷனுக்கு நிறைய பசங்க வந்தாலும், நாங்க மூணு பேரும் எப்போதும்
ஒன்னாதான் இருப்போம்.

ஜீவாராணி அப்பப்ப பனங்கிழங்கும் சோளகதிரையும் வெ(அ)வுச்சி
எடுத்துட்டு வருவாள்.

"இது உங்களுக்காகதான் எடுத்துட்டு வந்தேன். சாப்பிட்டு பாருங்க.
ரொம்ப நல்லா இருக்கும்!", என்று ஆசை ஆசையாக சொல்லுவாள்.

நான் சுவைத்த அந்த பனகிழங்கைப் போல, இதுவரைக்கும் எந்த பழங்-
கிழங்கும் ருசித்ததே இல்லை.

ஆசை ஆசையாக அவள் தந்தாலும், எனக்கு என்னமோ அப்போ-
தைக்கு அதில் பெரிய ருசி இல்லை. ஆனால், நடராஜனுக்கு ரொம்ப
பிடிக்கும். "நீ நாளைக்கும் எடுத்துட்டு வா" என்று சொல்லுவான்.

அவளும் கருமை நிறத்தில் வெள்ளை பற்கள் தெரிய அழகாக சிரிப்-
பாள்.

ஆனால் மறுநாள் அவள் எடுத்து வரமாட்டாள். அதற்கு பதிலாக
வேர்க்கடலைய வெவுச்சி எடுத்துட்டு வருவாள்.

ஒருமுறை அம்மாவிடம் இதைச் சொன்னேன். "நீ எல்லாம் வாங்கி

சாப்பிடாத. உனக்கு வேணும்னா சொல்லு. நான் பண்ணித் தரேன்'', என்றாள்.

அன்றிலிருந்து நான் அவ்வளவாக சாப்பிட மாட்டேன். ஆனால் அவளும் பெரிதாக கண்டுக்க மாட்டாள்.

எட்டாம் கிளாஸ் பாஸாகி ஒன்பதாம் கிளாஸ் போனோம்.

நடராஜன் அப்பா இப்பவும் விடுவதாக இல்லை. அவனை வேறு ஒரு ஊர்ல, வேற ஸ்கூல்ல சேர்த்துவிட்டார்.

ஆனால் டியூஷன் மட்டும் அர்ச்சுனன் சார். அவருக்கும் அர்ஜுனன் சாருக்கும் நல்ல பழக்கம் இருந்தது. அதனால் அவர் மேல அவருக்கு கொஞ்சம் நம்பிக்கையும் மதிப்பும் இருந்தது.

நடராஜன் அப்பா பேரு கல்யாணசுந்தரம். எங்கள் ஊர் தாசில்தார் ஆபீஸ்ல ஏதோ ஒரு வேலையில் இருக்காரு. தாசில்தார் ஆபீஸ் எங்க ஸ்கூலுக்கு பக்கத்துல தான் இருந்துச்சு.

மத்தியான வேலைல தாசில்தார் ஆஃபீஸ்க்கு வெளியில இருக்கிற ஒரு பெட்டிக் கடையில, அவரு ஸ்டைலா சிகரெட் குடிச்சிட்டு இருக்கிறத பலமுறை நான் பார்த்து இருக்கேன்.

அவர் கொஞ்சம் முரட்டு மீசை வச்சு இருப்பாரு. எப்போதும் முகத்தை சீரியஸாகவே வைத்திருப்பார். பெரும்பாலும் அவரை தவிர்த்து ஓடவே செய்து இருக்கேன். ஆனால் ஒரு நாள் கூட நடராஜன்கிட்ட நான் சொன்னது இல்லை. உங்க அப்பாவ அடிக்கடி பார்ப்பேன் சிகரெட் குடிச்சிட்டு இருப்பாருனு.

எங்க கடைக்கு அடிக்கடி வருவார். அப்பாக்கிட்டயும் நல்லா நெருங்கி பேசுவார். இவரை பார்த்ததும் நான் கடைக்கு உள்ளே ஓடி ஒழிஞ்சிப்-பேன்.

எங்க கடையில வேலை பாக்குற வேலு அண்ணா, என்ன வந்து கிண்-
டல் பண்ணுவாரு, "என்னடா தப்பு பண்ணினேன்? அவரு பையன்
அடிச்சிட்டியாமே? உன்ன பத்தி கம்ப்ளைன்ட் பண்ணிட்டு இருக்காரு."

நான் உண்மையா பயந்தே போயிடுவேன். அவர் போன பிறகு மெல்ல
அப்பாக்கிட்ட பேச்சு கொடுத்து, கேட்டு பார்ப்பேன். அவர் சாதாரணமாக
இருப்பார்.

ஜீவாராணியோட அப்பாவும் கடைக்கு வந்து மளிகை சாமான்கள்
வாங்கி செல்வார். சில நேரங்களில் அப்பா கடனாகவும் பொருட்களை
தருவார்.

அப்பா விவசாயம் பார்த்த போது ஜீவாராணியின் தந்தை கருப்பன் எங்-
கள் வீட்டு வயலில் வேலை செய்தார், என்று அப்பா அடிக்கடி சொல்-
லுவார்.

ஜீவாராணியின் அம்மாவும் விவசாய வேலைதான் . அவரும் எங்கள்
நிலத்தில் வேலை செய்ததாக அப்பா கூறுவார். ஜீவா அம்மா நாட்டுப்புற
பாட்டை அவ்ளோ அருமையா பாடுவாங்களு அப்பா சந்தோசமா
சொல்லுவாரு. "நம்ம நிலத்துக்கு வேலைக்கு வந்தா அவங்களுக்கு
பாடுறது மட்டும்தான் வேலைனு", என்பார் அப்பா.

ஜீவாவையும் அவளது தம்பியையும், அவருடைய தாய்மாமன் விடுத-
லைதான் படிக்க வைத்துக் கொண்டிருந்தார்.

ஜீவாவின் அம்மா காத்தாயின் தம்பி 'விடுதலை'. அவர் கம்யூனிஸ்ட்
கட்சியில் ஏதோ போஸ்டில் இருந்தார். அவருடைய காலனியில் இருந்த
அனைத்து சிறுவர்-சிறுமியர்களையும் கட்டாயம் பள்ளிக்கு அனுப்பு-
வதை, தன் பணியாகவே அவர் செய்தார். பல குழந்தைகளுக்கு பள்ளி
கட்டணம் மட்டுமில்லாமல், டியூஷன் கட்டணம் கூட அவரே செலுத்தி
வந்தார்.

அர்ஜுனன் சாருக்கும் கம்யூனிஸ்ட் கட்சிக்கும் ஏழாம் பொருத்தம்.

அவருக்கு ஏனோ கம்யூனிஸ்ட் கட்சியை பிடிக்காமல் போனது.

தங்கள் நிலத்தில் விவசாயம் சரியாக செய்ய முடியாததற்கு, கம்யூனிஸ்ட் கட்சியும் ஒரு காரணம் என்று திடமாக எண்ணிக் கொண்டிருந்தார். அதேவேளையில் விடுதலையுடன் பரந்த நட்பில் இருந்தார்.

விடுதலை அவர்களின் கல்வித்தொண்டை மதித்து குறைவான பீஸ் வாங்கிக் கொண்டு, படிக்க பேராவல் கொண்ட பிள்ளைகளைச் சேர்த்துக் கொள்வார்.

அர்ஜுனன்சார் சொல்வார் "ப்ரீயா கொடுக்கிற விஷயத்திற்கு மதிப்பே இருக்காது. ஆத்துல போட்டாலும் அளந்து போடணும்", என்பார். ஆகையால் சிறு தொகையை பெற்றுக் கொண்டே தனது கல்விப் பணியை ஆற்றினார்.

இப்படித்தான் எங்கள் டியூஷனில் வந்து சேர்ந்தாள் ஜீவாராணி. நான் பலமுறை கேட்டதுண்டு, "என்ன பேரு ஜீவானு? ஆம்பள பேரு மாதிரி இருக்கே?".

"ஆமாண்டா முருகா. ஜீவா ஆம்பள பெயர்தான். கம்யூனிஸ்ட் தலைவர் ஜீவானந்தம் ஞாபகமாக எங்க மாமா வச்ச பேரு ஜீவா. அப்புறம் ஆம்பள பேருமாதிரி இருக்குனு ராணியையும் சேர்த்து வைத்து விட்-டார்".

ஒரு நாள் நடராஜன் தன் வீட்டிற்கு எங்களை அழைத்துச் சென்றான். எங்கள் மூவரையும் வாசலுக்கு வெளியிலேயே நன்றாக காலை கழுவச் சொன்ன பிறகே உள்ளே அழைத்துச் சென்றான்.

அவனுடைய வீடு ஒரு ஒழுங்குடனே இருந்தது. வீட்டில் உள்ள அனை-வரும் கட்டாயம் செருப்பு அணிந்து கொண்டு தான் வெளியே செல்ல வேண்டும். காலை நன்றாக கழுவிய பிறகு தான், வீட்டிற்கு உள்ளே வரவேண்டும், எடுத்த பொருளை எடுத்த இடத்தில் இருக்க வேண்-

டும் என்று பல கட்டமைப்புகளையும் ஒழுங்கு முறைகளையும் அவனது அப்பா வீட்டில் விதித்திருந்தார்.

நாங்கள் உள்ளே சென்ற பிறகு, நடராஜனின் அம்மா எந்த உணர்ச்சியும் காட்டாமல் எங்களுக்கு சில தின்பண்டங்களையும் காபியையும் அளித்-தார். சிறிது நேரத்திற்குப் பிறகு அவனை கூப்பிட்டு ஏதோ சொன்னார்.

நடராஜனும் எங்களை வீட்டை விட்டு வெளியே அழைத்து வந்துவிட்-டான். ஏதோ ஒரு கட்டுப்பாட்டு பகுதிக்கு சென்று வந்தது போன்ற உணர்வு.

ஒரு நாள் திடீரென்று பள்ளியில் இறுதி மணி மதியம் மூன்றிற்கே அடித்தது. எங்கள் ஆசிரியர் எங்களை விரைவாக வீட்டுக்கு செல்லு-மாறு அறிவுறுத்தினார்.

பள்ளியை விட்டு வெளியே வந்த பின் என் நண்பன் சொன்னான்," கம்-யூனிஸ்ட் கட்சிகாரர்களுக்கும் தாசில்தார் ஆபீஸ்ல இருக்கிறவங்களுக்-கும் ஏதோ சண்டை ஆயிடுச்சு. அதனால கூட்டம் அதிகமா இருக்கு. ஸ்கூல சீக்கிரம் முடிக்க சொல்லி போலீஸ் சொல்லிட்டாங்க", என்று சொன்னான்.

ஊருக்குள்ள கம்யூனிஸ்ட் கட்சி ஆளுங்க சுத்திக்கிட்டு இருந்ததால நான் பயத்துல நேரா அப்பா கடைக்கு போனேன்.

அப்பாவும் சற்று பரபரப்பாக "முருகா உன் பிரண்டு நடராஜனுடைய அப்பாவுக்கும் கம்யூனிஸ்ட் கட்சி விடுதலைக்கும் மனு கொடுக்கும் போது கைகலப்பாகிடுச்சி. பிரச்சனை பெரிசாகிடும் போல. நீ சீக்கிரம் வீட்டுக்கு போ, கடைய சாத்திட்டு வர்றேன்", என்றார்.

மறுநாள் எங்கள் ஊர் வழக்கம் போலவே செயல்பட்டது. என்ன நடந்தது என்று தெளிவாக தெரியவில்லை. ஆனால் எல்லாம் சுமுகமாக முடிந்-தது போன்ற அறிகுறிகள் தென்பட்டது.

அன்று மாலை வழக்கம்போல் டியூஷனில் நடராஜனும் ஜீவாவும் சாதாரணமாகவே இருந்தனர். என் அப்பா அடிக்கடி ஒன்றைச் சொல்லுவார், "முருகா, மற்றவர்கள் வாய் திறப்பதற்கு முன், உன் வாயை நன்றாக பூட்டி வைத்துக் கொள்". அதுவே எனக்கு பாலபாடம் ஆகியது. மற்றவர்கள் வாய் திறப்பதற்கு நான் காத்திருந்தேன்.

ஏனோ இருவரும் அதை பற்றி பேசவே இல்லை, நானும் அதை விட்டுவிட்டேன்.

மூவரும் பத்தாம் வகுப்பிற்கு சென்றோம். இம்முறை என்னுடைய பள்ளியை மாற்றிவிட்டார் என் தந்தை.

நடராஜனின் தந்தையோ அவன் படித்த அதே பள்ளியில் அவனை தொடர விட்டார்.

எங்கள் ஊரில் இருந்து என்னுடைய பள்ளி சற்று தொலைவில் இருந்தது. ஆகையால் டியூஷனுக்கு சரிவர வர முடியவில்லை. ஆகையால் பள்ளியிலேயே டியூஷனையும் முடித்துவிட்டு வீட்டுக்கு வருவேன்.

நடராஜனையும் ஜீவாவையும் மறந்தே போனேன். சனி ஞாயிறுகளில் கூட எங்கள் பள்ளியில் ஸ்பெஷல் கிளாஸும் டியூஷனும் நடத்தி வந்ததால், யாரையும் சந்திக்க முடியாத நிலையில் பத்தாம் வகுப்பு வெற்றிகரமாக முடித்தேன்.

அப்பாவின் மேற்பார்வையில் பாலிடெக்னிக்கில் சேர்ந்து எலக்ட்ரானிக்ஸ் துறையில் படிக்க, அருகிலுள்ள பாலிடெக்னிக் கல்லூரியில் விண்ணப்பம் செய்து நுழைந்தேன்.

ஒரு ஆறு மாதத்திற்கு பிறகு, எதேச்சையாக நடராஜனை சந்தித்தேன். அவன் ஜீவா படிக்கின்ற அதே ஸ்கூலில் சேர்ந்து 11-ஆம் வகுப்பு படிப்பதாக சொன்னான். ஜீவாவும் அவனுடைய வகுப்பில் படிப்பதாகவும் தெரிவித்தான்.

எனக்கு பயங்கர ஆச்சரியம். திரும்பத்திரும்ப அவனிடம் கேட்டேன், "இதற்கு எப்படி உன் அப்பா சம்மதித்தார்?"

சிரித்துக்கொண்டே சென்று விட்டான். அந்தச் சிரிப்பின் அர்த்தம் எனக்கு விளங்கவே இல்லை.

நாட்களும் சேமிப்பும் எப்படி கரைகிறது என்றே தெரியாது. ஆனால் மெல்ல மெல்ல கரைந்து விடும்.

மூன்றாம் வருட கல்லூரி படிப்பின் போது, அப்பா என் கல்லூரிக்கு அருகிலுள்ள மொபைல் கடையில் பார்ட் டைமாக வேலைக்கு ஏற்பாடு செய்தார்.

சில மாதங்களுக்குப் பிறகு வேலையை, முடித்து விட்டு இரவு 8 மணிக்கு பஸ் ஸ்டாண்டுக்கு வந்தேன்.

அங்கே தெரிந்த இரு முகங்களைக் கண்டு ஆச்சரியமடைந்தேன்.

இந்த நேரத்தில் நடராஜனும் ஜீவாவும் இங்கு என்ன செய்து கொண்டி-ருக்கிறார்கள்?

"டேய் நடராஜா, இங்க என்ன பண்ணிட்டு இருக்க" என்று கேட்டேன்.

"இங்க என்னோட பிரெண்ட பார்க்க வந்தேன், ஜீவாவை இப்பத்தான் பார்த்தேன். அதான் பேசிட்டு இருக்கேன்", என்று மழுப்பலாக பதில-ளித்தான்.

"ஜீவா, எப்படி இருக்க? நடராஜன் என்ஜினியரிங்ல சேர்ந்துட்டான்னு சொன்ன. நீ என்ன பண்ற?" என்று கேட்டேன்.

"இல்ல நான் மேல எதுவும் படிக்கலை ", என்பதோடு நிறுத்திக் கொண்-டாள்.

"சரி. நாம் ஏதாவது சாப்பிடலாமா?", என்று கேட்டேன். இருவரும் வேண்டாம் என்று மறுத்து விட்டார்கள்.

எங்கள் ஊருக்கு செல்லும் பஸ் வந்தது. நானும் நடராஜனும் அருகருகே அமர்ந்து பேசிக்கொண்டே வந்தோம். ஆனால் அவன் முன்பு போல பேசவில்லை என்பது மட்டும் தெளிவாக எனக்கு புரிந்தது. இன்ஜினிய-ரிங் காலேஜ் சேர்ந்துட்டான் அதனால கூட அவன் அவாய்ட் பண்றானு புரிஞ்சுகிட்டு நானும் ஒதுங்கிட்டேன்.

படிப்பு முடிந்தவுடன் அப்பா தன் கடைக்கு அருகே செல்போன் விற்-பனை மற்றும் சர்வீஸ் செண்டர் ஒன்றை அமைத்துக் கொடுத்தார்.

நன்றாக தொழில் தெரிந்த நானும், மிகுந்த உற்சாகத்துடன் வெற்றிகர-மாக வியாபாரத்தை செய்து வந்தேன்.

கடையை சாத்துகிற நேரத்தில், நான்கைந்து கம்யூனிஸ்ட் தோழர்கள் செல்போன் ரீசார்ஜ் செய்து பரபரப்பாக பேசிக் கொண்டிருந்தனர்.

"பையன் பேரு நடராஜன். இங்கதான் ஏதோ இன்ஜினியர் காலேஜ்ல படிச்சிட்டிருக்கானாம். அவனோட அப்பா கூட தாசில்தார் ஆபீஸ்ல வேலை பார்க்கிறார். போட்டோ அனுப்புறேன் தகவல் தெரிஞ்சா சொல்-லுங்க", என்று பல பேருக்கு போன் செய்து விஷயத்தை தெரிவித்தனர்.

நான் மெல்ல, "என்ன பிரச்சனை ?", என்று கேட்டேன்.

"இந்த ஊர்ல நடராஜன் ஒரு பையன். நம்ம ஊரு பொண்ண இழுத்-துட்டு ஓடிட்டான்பா. அவனுடைய அப்பா இங்க தாசில்தார் ஆபிஸ்ல வேலை பார்க்கிறாராம்."

"பொண்ணோட பெயர் என்ன" என்று கேட்டேன்.

"பொண்ணு பேரு ஜீவாராணி, நம்ம விடுதலையோட அக்கா பொண்ணு."

எனக்கு தலையே சுற்றியது. ஒன்றுமே புரியவில்லை.

அவசர அவசரமாக கடையை சாத்திவிட்டு, என் அப்பாவிடம் சென்று விவரத்தைச் சொன்னேன்.

அவரும் கேட்டுவிட்டு மிகச் சாதாரணமாகவே நடந்து கொண்டார்.

"என்னப்பா ரொம்ப சாதாரணமா இருக்கீங்க? அவங்க ரெண்டு பேரும் என் பிரெண்ட்ஸ். எனக்கு என்ன நடக்குதுன்னே புரியல."

"இது ஊருக்கே தெரியும்பா. நீ கடையை சாத்து. நாம வீட்டுக்கு போய் பேசிக்கலாம்".

அப்பா வீட்டிற்கு வந்து உணவு அருந்தி விட்டு தூங்க சென்று விட்டார்.

"அம்மா உனக்காகவது தெரியுமா ஏதாவது. நம்ம நடராஜனும் ஜீவாவும் ஓடி போய்ட்டாங்களாம்."

"ஆமாப்பா ஊருக்கே தெரியும். உனக்கு ஞாபகம் இருக்கா ஒன்பதாம் வகுப்பு படிக்கும்போது ஊரே ஒரே ரகளை. உங்க ஸ்கூல் கூட பாதியி- லேயே அனுப்பிட்டாங்களே."

"ஆமா, விடுதலை மனு கொடுக்கும் போது ஏதோ தகராறு ஆயிடுச்- சுன்னு பேசிக்கிட்டாங்க."

"இல்லடா. அது உண்மை இல்லை. நடராஜனும் ஜீவாவும் லவ் பண்- றாங்கன்னு, நடராஜனுடைய அப்பாவுக்கு தெரிஞ்சு போய், மனு கொடுக்க வந்த அவளோட தாய் மாமாகிட்ட சண்டைக்கு போய், பெரிய பிரச்சனை ஆயிடுச்சு. அப்புறம் தான் நீ இந்த டுயூஷன்ல படிக்க வேணாம்னு உங்க அப்பா வேற ஸ்கூல்ல சேர்த்துவிட்டார்."

"அதுக்கு ஏன் என்னை வேற ஸ்கூல்ல சேர்த்தார் அப்பா?

"ஏதோ சின்னஞ்சிறுசுகள். காலப்போக்கில் சரியாயிடும்னு ரெண்டுபெக்க-மும் பெரியவங்க நினைக்காமல், வீம்புக்கு வம்பிழுக்க தயாராக இருந்-தார்கள். அதனால அப்பா உனக்கு ஏதும் பாதிப்பு வரக்கூடாதுன்னு வேற ஸ்கூல்ல சேர்த்துவிட்டார்."

"சரி நீ போய் படு. மனச போட்டு ரொம்ப குழப்பிக்காத", என்று அம்மா கூறினாள்.

தூக்கம் பிடிக்காமல் புரண்டு புரண்டு படுத்தேன். நாங்கள் ஆசை ஆசையாக சுற்றிய ரயிலடி அங்குள்ள மர நிழலில் சிமெண்ட் பெஞ்சம், பஞ்சாயத்து ஆபீசில் உள்ள பெரிய நெல்லிக்காய் மரத்தில் கல்லால் அடித்து நெல்லிக்காயை சுவைத்த பொழுதையும், டியூஷன் முடிந்து போகையில் வறுத்த கடலையும், சேட்டு கடை அல்வாவும், சுழன்று சுழன்று என் கண்முன்னே திக்குமுக்காட வைத்தது.

எப்போது தூங்கினேன் என்று தெரியவில்லை. அம்மா அவசரமாக எழுப்பினாள்.

"முருகா இன்னைக்கு வேலைக்கு போக வேண்டாம், வீட்டிலேயே இரு", என்றாள்.

"ஏம்மா? என்ன ஆச்சு?", என்று கேட்டேன்.

"இந்த நடராஜனும் ஜீவாவும் மருந்து குடிச்சிட்டாங்களாம்பா. மெடிக்கல் காலேஜில வச்சுருக்காங்களாம். ஊரே கலவரமா இருக்கு", என்று கூறி-னாள்.

உடைந்து போனேன்.

நான்கு நாட்களுக்கு முன் நடராஜன் தனக்கு கொஞ்சம் பணம் தேவைப்படுவதாக கூறினான். நானும் கையிலிருந்த 3000ரூபாய் பணத்-தைக் கொடுத்தேன்.

பாவிப்பய எதையுமே சொல்லாம இப்படி பண்ணிட்டானே. ஒரு வார்த்தை என்கிட்ட நாங்க லவ் பண்றோம்னு சொல்லியிருக்கலாம்ல.

கலவரத்தை அடக்க போலீஸ்படை நான்கு நாட்கள் ஊரில் வட்டமிட்டு, ஒரு வழியாக அடக்கினார்கள்.

பிறகு வழக்கம்போல் கடையை திறந்து வேலையில் மூழ்கினேன். மிகுந்த மன உளைச்சலால் எனக்கு வந்த மெசெஜ்களை பார்க்கவில்லை.

கஸ்டமருக்கு நிறைய ரீசார்ஜ் செய்வதால் நாள்தோறும் நிறைய மெசேஜ்-கள் வரும். ஒவ்வொன்றாக படித்த போது நடராஜன் அனுப்பிய மெசே-ஜ்ம் இருந்தது.

"அன்பு நண்பனுக்கு, எங்களை மன்னித்துவிடு. உன்னிடம்கூட தெரி-விக்காமல் எங்கள் காதலை மறைத்தது தவறுதான். நீ தவறாக எடுத்துக் கொள்வாயோ என்று தெரிவிக்கவில்லை. உன்னிடம் பணம் வாங்கியது கூட புதுவாழ்வை தொடங்கவே. ஆனால் இந்த சாதிய சமுதாயத்தில் அதற்கான சாத்தியமே இல்லை என்பதால் விடைபெறுகிறோம். அடுத்த பிறவியிலும் உன் நண்பனாக பிறக்கவே ஆசைப்படுகிறேன். எங்களை மறந்த கடவுள் உன்னை மறக்காமல் காப்பாற்றட்டும்"

அன்புடன்,
நடராஜன்-ஜீவா

7

மெய்ப்பொருள் காண்பது அறிவு

மாலை வெயில் மென்மையாக மேனி முழுவதும் படர, அம்மாவின் கைருசியில் வெங்காய பக்கோடா, டிகிரி காபியோடு மொட்டை மாடி-யில் அம்மாவோடு அரட்டை அடிப்பது ஒரு சுகமான அனுபவம் !

"ஏன்டி, உன் பிரண்ட் நித்திகா கல்யாண வேலை எல்லாம் எப்படி போகுது? பேசுனியா அவகிட்ட ?", என்றாள் அம்மா.

"கல்யாண புடவை எடுக்க கூப்பிட்டா. என்னாலதான் போகமுடியலை. ஆபீஸ் ஷிப்ட்ல மாட்டிக்கிட்டேன். போட்டோ அனுப்பினா நல்லா இருந்துச்சு. நான் கூட உன்கிட்ட காட்டினேன். அதுக்கு அப்புறம் பேச-வில்லை", என்றாள் கவின்மலர்.

"உன்கூடதான் அவளும் காலேஜ் முடிச்சா. வேலைக்கு சேர்ந்து லவ் பண்ற பையனையே இப்ப கல்யாணம் பண்ணிக்க போகிறாள். நீயும் இருக்க பாரு கல்யாணத்தைப் பற்றி ஒன்றும் சொல்ல மாட்டேங்குற."

"அம்மா ஆரம்பிச்சிட்டியா. நான் தான் அடுத்த வருஷம் பார்க்கலாம்னு சொல்லிட்டேன். அப்புறம் ஏம்மா படுத்துற. நித்திகா எங்க கூட படிச்ச

பையன லவ் பண்ணினா, அந்த பையன் வீட்டில சீக்கிரம் பண்ணனும்னு சொன்னதால இப்ப பண்ணிக்க போறாங்க. நமக்கு டைம் இருக்குமா", என்றாள் கவின்மலர்.

"சரி சரி, நான் ரொம்ப நாளா கேட்கணும்னு நினைச்சுட்டு இருந்தேன். அந்த பையன் கொஞ்சம் சுமாராத்தான் இருக்கான். அவனை எப்படி நித்திகா லவ் பண்ணினா?"

"ஆம்பளைங்க எல்லாம் வயசாக வயசாகதான் அழகா இருப்பாங்கனு நீதானம்மா சொல்லியிருக்க. உன் கல்யாணத்தப்ப அப்பா சுமாராகதான் இருப்பாரு. அதுக்கப்புறம் தான் சூப்பராகிட்டாருனு நீதான் அடிக்கடி சொல்லுவ. உனக்கு ஒரு நியாயம் அவளுக்கு ஒரு நியாயமா?"

"ஏய் எங்க காலம் வேற. இப்ப இருக்கற காலம் வேற. அதனால கேட்-டேன் ஜோடி பொருத்தம் இருக்கணும்ல."

"முகிலன் எங்க கிளாஸ்தான் ஆனா எங்க கேங்கு இல்லை. ரொம்ப நாளா நித்திகாவை ஃபாலோ பண்ணி ஃபாலோ பண்ணி, நிறைய முறை அவ கிட்ட ப்ரொபோஸ் பண்ணி கடைசியாகதான் நித்திகா ஒத்துக்-கிட்டா. அதுவும் காலேஜ் முடிக்கும்போது."

"அந்த பையன் கலகலப்பாக பழகுற மாதிரி தெரியலை. நிச்சயதார்த்தம் அன்னைக்கு கூட அந்த பையன் முகத்தில் ஒரு செண்டிப்பு இல்லை. ஆனால் நித்திகா கலகலனு நல்லா பேசுவா தானே."

"ஆமாமா. அதான் எங்களுக்கும் புரியல. இவள் எப்படி முகிலனுக்கு ஓகே சொன்னாள்னு. இப்படி ஒரு பையன் எங்க கிளாஸ்ல இருந்தானு இவள்கிட்ட ப்ரொபோஸ் பண்ணும் போதுதான் எங்களுக்கே தெரியும். யார்கிட்டயும் ஒரு வார்த்தை பேச மாட்டான். ரொம்ப ரிசர்வ் டைப்."

இவர்கள் பேசிக்கொண்டிருக்கும்போதே கவின்மலரின் செல் போன் சினுங்கியது.

"இதோ நித்திகாதான் போன்ல, இரு பேசிட்டு வர்றேன்."

கவின்மலரின் அம்மா மாடி தோட்டத்தில் உள்ள பூச்செடிகளிருந்து பூக்-களை பறித்துக் கொண்டிருந்தாள். திடிரென்று கவின்மலர், "என்னடி சொல்ற!", என்று கத்துவதைக் கேட்டாள்.

ஏதோ சரியாகப்படவில்லை ஆகையால் கவின்மலரின் பக்கத்தில் வந்து அவர்கள் பேசுவதைக் கேட்டுக் கொண்டிருந்தாள்.

கவின்மலரும் சைகையால் அம்மாவை தூரம் போக சொல்லிவிட்டு, தள்ளிப்போய் நின்று வெகுநேரம் பேசிக் கொண்டிருந்தாள்.

சிறிது நேரம் காத்திருந்து, இவர்கள் முடிப்பதாக தெரியவில்லை என்று கீழே சென்று விட்டார் கவின்மலர் அம்மா.

சில மணி நேரங்களுக்குப் பிறகு கூட கவின்மலர் கீழே வரவில்லை என்று அவளைத் தேடிக் கொண்டு மொட்டை மாடிக்கு சென்றார்.

அங்கே சோகமாக அமர்ந்து ஏதோ சிந்தித்துக் கொண்டிருந்தவளிடம், "என்னடி ஆச்சு இவ்வளோ நேரம் பேசிகிட்டு இருக்க. எல்லாம் ஓகே தானே."

"இல்லம்மா. நித்திகா கல்யாண நின்னுடுச்சு."

"ஏன்? என்ன ஆச்சு? எல்லாம் நல்லபடியா தானே போயிட்டு இருந்-துச்சு. இப்ப என்ன பிராப்ளம்?"

"அதான் தெரியலம்மா. ஆனால் முகிலனுக்கும் நித்திகாவுக்கும் கொஞ்-சம் கொஞ்சம் ப்ராப்ளம் இருக்கத்தான் செஞ்சது.

நான் முன்னாடி சொன்ன மாதிரி, முகிலன் கொஞ்சம் ரிசர்வ் டைப். ஆனால் நித்திகா கலகலப்பா எல்லார்கிட்டயும் பேசுவா. அதுதான் பிரச்-சனைக்கு காரணம் போல."

நித்திகா எப்பவும் கொஞ்சம் மாடர்ன், ரொம்ப அழகா இருப்பா. நீட்டா டிரஸ் பண்ணுவா. பிளசண்ட்டா இருப்பா. அதுக்கு அப்படியே தலைகீழ் முகிலன். கொஞ்சம் சுமாரா தான் டிரஸ் பண்ணுவான், யார்கிட்டயும் பேச மாட்டான்.

இதெல்லாம் போகப் போக சரியாயிடும் நினைச்சோம். ஆனால் ஒவ்- வொரு நாளும் அது அதிகமாயிட்டே தான் போச்சு.

"அவனுக்கு டிரஸ் எடுக்க இவளோட அக்கா புருஷன் அவங்க அப்பா எல்லாரும் போய் இருக்காங்க. அப்போ சரியா பிஹேவ் பண்ணாம ஏதோ பிரச்சினையாம். வார்த்தை முத்திபோய் உங்க பொண்ணுதான் சரி இல்லை, பலபேர் கூட சிரிச்சி சிரிச்சி பேசுறா, அப்படின்னு ஏதேதோ சொல்லிட்டான் போல. அதோட எல்லாம் முடிஞ்சு போச்சு.

நாளைக்கு ஈவினிங் வர சொல்லி இருக்காமா. நான் போய் அவளை பார்த்துட்டு அவ கூட இருந்துட்டு, அடுத்த நாள் காலைல வரேன்."

"சரிம்மா. பாவம் நல்ல பொண்ணு. நடக்கிறது நடக்கட்டும். நீ போயிட்டு வா. ஒரு நாள் அவளை நம்ம வீட்டுக்கு வரச் சொல்லு."

அம்மாவிடம் பாதிதான் சொன்னாள் கவின்மலர்.

முகிலன் அவளை ஃபாலோ பண்ணி எங்கே போகிறாள், யாரை பார்க்- கிறாள் என்று கண்காணித்து வந்ததே இப்பிரச்சினைக்கு பிறகுதான் தெரியவந்தது.

அதுமட்டுமில்லாமல் நித்திகாவின் மொபைல் போனில், சாப்ட்வேர் இன்ஸ்டால் பண்ணி வேவு பார்த்ததும் தெரிய வந்தது.

ஆசையாய் காதலித்த அன்பு காதலன், அநாகரிகமாக நடந்து கொள்- ளும் பொழுது எதைத்தான் நம்புவது.

இவனே தன் உயிரென, முழுவதுமாக ஒப்படைத்து, வாழ்க்கையின்

தொடக்கத்தில் ஆனந்தமாய் ஆடிப்பாடி உல்லாச வாழ்க்கையை எதிர் நோக்கி காத்திருந்தபோது, சட்டென்று கை தவறிய உணவு போல் வாழ்வு நீர்க்குமிழியாய் உடைந்து போனது.

ஏதோ ஒரு முறை அவனுடைய அலுவலகத்திற்குச் சென்ற போது, இவள் யார் என்று தெரியாமல் அவனுடைய சக ஊழியர்கள் இவள் அழகைப் பற்றி அவனிடமே வர்ணிக்க, தன்னை விட அழகாக இருப்பது அப்போது தான் அவனுக்கு உறைத்தது.

அக்கணம் முதல் வார்த்தைகளாலும் செயல்களாலும், நித்தம் நித்தம் நித்திகாவை நிர்மூலமாக்கத் தொடங்கினான்.

யாருக்காக இந்த மேக்கப்? யாரை மயக்க இந்த சிரிப்பு? யாருடன் செல்ல இந்த உடை? என்று ஒவ்வொரு நிமிடமும் ஒவ்வொரு நாளும் அவளை வார்த்தைகளாலும், செயல்களாலும் துன்புறுத்தியே வந்திருக்கிறான்.

உடைந்து போனாள், உருக்குலைந்து போனாள்.
யாரை நம்புவது. யாரிடம் சொல்லி புலம்புவது.

கடைசியாக அவனுக்கு கல்யாண டிரஸ் எடுக்கும் பொழுது, விஷயம் விவகாரமாகி அனைத்தும் முடிந்து போனது.

அழகைப் பற்றிய தவறான புரிதலினால், இம்மாதிரியான மனிதர்கள் பெண்களை ஏமாற்றி இப்படி கொடுமைப்படுத்துவது எவ்விதத்தில் நியாயம்.

இப்போது நித்திகாவை யார் எப்படி தேற்ற முடியும்? ஊரறிய உலகறிய, உற்றார் உறவினர் அறிய எல்லோருக்கும் முன் என் காதலன், என் உயிர், என்று பறைசாற்றிய பிறகு, அதே காதலன் அவனுடைய கீழான எண்ணங்களால், கீழான செய்கைகளால் இவளை அவமானப்படுத்தி, அசிங்கப்படுத்தி நிர்மூலமாக்கி விட்டுச் சென்றிருக்கிறான்.

ஆன்மாவின் மொழி தெளிவானது!
தெய்வீகமானது தன்னலமற்றது; ஒன்றிணைவது!
தன்னிலை நோக்காது பிறர் நிலை நோக்கும்!
தன்னை மட்டுமே உயர்த்தாது பிறரையும் உயர்த்தும் !

பல சிந்தனைகளோடு தன்னையும் அறியாமல் தூங்கி போனேன்.

காலை விடிந்தும் கலக்கம் தீரவில்லை.

நேரடியாக முகிலனுக்கு போன் பண்ணி, நன்றாக திட்டி விடலாமா
என்று யோசனை ஏற்பட்டது.

அதன் பிறகு, நீ யார் என்று கேட்டு விட்டால், என்ன செய்வது என்று
அதை விட்டுவிட்டு ஆபீஸ்க்கு சென்றுவிட்டேன்.

நித்திகாவிடம் இருந்து, "மறக்காமல் இரவு வந்து விடவும்" என்ற குறுஞ்-
செய்தி மட்டும் வாட்ஸப்பில் வந்தது.

கண்டிப்பாக வருகிறேன், என்று பதில் அளித்துவிட்டு அன்றாட கடமை-
களில் மூழ்கினேன்.

பிறகு மாலை வீட்டிற்குச் சென்று இரவுக்கு தேவையான உடைகளை
எடுத்துக் கொண்டு நித்திகா வீட்டிற்கு சென்றேன்.

மிகுந்த கலக்கம். என்ன சொல்வது, எப்படி தேற்றுவது. எதையெல்லாம்
பேசுவது. காதல் கசந்தது, கல்யாணம் காலியானது, எந்த விஷயத்தில்
நாம் தேற்ற முடியும் என்று பலவாறு யோசித்தவாறு அவள் வீட்டிற்கு
சென்றேன்.

உள்ளே நுழையும்போதே இன்னும் பலர் உள்ளே இருப்பது போன்ற ஒரு
உணர்வு.

நிறைய செருப்புகளும் ஷூக்களும் வெளியே தெரிந்தன.

பதட்டம் இன்னும் நீடித்தது. என்ன நடக்கிறது என்று ஒரே குழப்பம்.

காலிங் பெல்லை அழுத்தினேன். அவளுடைய அம்மா கதவை திறந்து. "வாம்மா. எப்படி இருக்க நீ. அவ உள்ள இருக்கா போய் பாரு", என்-றார்.

மூன்று பெட்ரூம் கொண்ட ஒரு உயர்ந்த ரக அடுக்குமாடி குடியிருப்பில், அவளுடைய ரூம் பெரிய பால்கனியை கொண்ட ஒரு அழகான ரூம்.

அந்த அறையை திறந்தபோது, உள்ளே கிட்டத்தட்ட 20 பேர் இருந்-தனர். கூட்டத்தில் நித்திகாவை தேடி கண்கள் சுழன்றன.

பால்கனியின் பக்கத்தில் யாருடனோ பேசிக் கொண்டிருந்தாள்.

மெல்ல அவளை நோக்கி சென்றபோது, புது உடையை அணிந்து ஒரு தேவதையாய் காட்சி தந்தாள். ஒன்றும் புரியாமல் திருதிருவென்று விழித்தேன்.

ஒருவேளை கல்யாணம் தடைபடாமல் தன்னிடம் பொய் சொன்னாளா?, என்று குழம்பினேன்.

நேரடியாக அவளிடமே கேட்டேன், "என்னடி நடக்குது இங்கே? நீ என்-னமோ சொன்ன போன்ல. ஆனா இங்க பார்ட்டி நடக்குது."

நித்திகா சிரித்துக்கொண்டே சொன்னாள், "ஆம் கல்யாணம் நின்றுவிட்-டது".

"எனக்கு உண்மையிலேயே புரியல. கல்யாணம் நின்னுடுச்சினு சொல்ற, ஆனால் நீ ஹேப்பியா பார்ட்டி கொண்டாடிட்டு இருக்க? நீ என்னை பார்ட்டிக்குதான் கூப்பிட்டியா?"

"கவின் கன்பியூஸ் ஆகாத.. நாம தீபாவளி எதுக்கு கொண்டாடுறோம்?"

"ஏய் நித்தி ! வெறுப்பேத்தாத. என்ன நடக்குதுன்னு கரெக்டா சொல்லு."

"தீமைகள் அழிந்து நன்மைகள் நடந்தா கொண்டாடத்தான செய்யனும். நரகாசுரன் அழிந்தான் அதைத்தானே நாம தீபாவளினு கொண்டாடுகி-றோம்."

"அவன் போனது உனக்கு சந்தோஷமா?"

"கண்டிப்பா நித்தி. வாழ்க்கையில அது மட்டும் நடந்திருந்தால், என்-னுடைய வாழ்க்கை எப்படிப் போயிருக்கும். என்னால நினைச்சு கூட பாக்க முடியவில்லை.

ஃபாலோ பண்ணி, ஸ்பை சாப்ட்வேர் வச்சி என்னை கண்காணிச்சி இருக்கான். கல்யாணம் பண்ணி இருந்தால், நல்ல வேளை கடவுள் காப்பாத்திட்டார்.

நானும் நிறைய யோசித்தேன், கவலைப்பட்டேன். என்னோட முடிவுகள் தப்பா ஆயிடுச்சு. அவன் ஒவ்வொரு வாட்டியும் என்னை தொந்தரவு பண்ணும்போது, சரியாயிடும்னு சரியாயிடும்னு போலித்தனமான நம்பிக்-கைய எனக்குள்ளேயே விதைச்சிக்கிட்டே இருந்தேன். ஆனா காலம் கைவிடல. எனக்கு தெளிவு கொடுத்து இருக்கு. உலகத்துக்கு முன்னால நான் பண்ணினது தப்பா இருக்கலாம். ஆனால் என்னுடைய வாழ்க்-கைக்கு இது தான் சிறந்தது."

"அப்ப நீ கல்யாணமே பண்ணிக்க மாட்டியா நித்தி?"

"கண்டிப்பா பண்ணிப்பேன். ஆனா நல்லா தெரிஞ்ச, புரிஞ்ச, நண்பனா இருக்கிற ஒரு அழகான இதயத்தை பார்த்த உடனே கண்டிப்பா பண்-ணிப்பேன்".

எல்லா ஆன்மாக்களும் நல்ல ஆத்மாவைத் தேடிக் கொண்டே இருக்-கின்றன.

நித்திகா செய்கை அன்னைக்கு குழப்பமா, புரியாம இருந்தாலும், பின்-
னாட்களில் அவள் செஞ்சது சரினு யோசிக்கவே தோணும் .

இதுல வெட்கித் தலைகுனிய, வருத்தப்பட கவலைப்பட, நம்மளை
நாமளே குறைச் சொல்லிக்க ஒன்னும் இல்லை.

வாழ்க்கையே தவறிலிருந்துதான் தொடங்குகிறது.

தவறை தெரிஞ்சிக்கிட்டா வாழ்க்கைப்பயணம் சுகமாக இருக்கும்; மகிழ்ச்-
சியும் கூடவே வரும்.

8

ஜென்

———∞———

ஒரு நாள் கனத்த மழையில் சிக்கி நனைந்து விட்டேன்.

இனிமேலும் செல்ல முடியாமல், ஒரு டிக்கடையில் தஞ்சம் புகுந்தேன்.

அந்த டிக்கடைக்காரர், "புல்லா நனைஞ்சிட்டிங்கப் போல. இந்த டியை குடிங்க", என்று அன்போடு ஒரு சூடான டி தந்தார்.

குளிரில் வெடவெடக்கும் உடல்
வாய் வழியே சுவாசித்து வெப்பத்தை ஏற்படுத்த முயலும் மூச்சு
தலை வழியே சொட்டும் மழைநீர்
மேனி முழுவதும் சாரல்

சூடான டி கிளாஸை வாங்கியவுடன், உடலே சமநிலைக்கு வந்தது போன்ற உணர்வு... பருகினேன்.

தேவர்கள் அருந்திய அமுதம்!
தேன் கூட்டிலிருந்து உதட்டில் விழுந்த தேன் !
உள்ளம் களிப்படைகிற உணர்வு !

சாதாரண டி ! அன்று தேவபானம் ஆனது !

உயிரும் உடலும், மனமும் நினைவும், ஒருங்கே சங்கமித்த உணர்வு.

நான் எத்தனையோ நாட்கள் இந்த டிக்கடையை கடந்து இருப்பேன், எத்தனையோ டிக்கடைகளில் டீ குடித்திருக்கிறேன்.

மேனி முழுக்க நனைந்த, இக்கட்டான சூழ்நிலையில் இந்த சாதாரண டீ, அமுதமானது.

பின்பு தெரிந்து கொண்டேன். டீயை வைத்து புத்தமத துறவிகள் ஞானமே அடைந்தார்கள் என்று.

ஜென் துறவிகளின் டீ தியானம் மிகப்பிரபலம்.

வாழ்க்கையின் இக்கட்டான சூழ்நிலைகளில்,

வாழ்வின் சிறு சிறு நிகழ்வுகள்தான் நமக்கு நிறைவான மகிழ்ச்சியை தருமோ ?!

இதை விட, அந்த டீக்கான காசை, அந்த எளிய மனிதர் வாங்கவே இல்லை. எளியவர் இப்போது பெரியவராகி விட்டார்.

அன்புக்கும் உண்டோ அடைக்கும் தாழ் !

9

மெரினா காற்று

2017, ஜூன் 1 - கொழும்பு ஏர்லைன்ஸ்.

"கோலாம்பூரிலிருந்து சென்னை செல்லும் விமானம், பலத்த மழையின் காரணமாக சென்னை செல்லாமல் கொழும்பு விமான நிலையத்தில் தரை இறங்கும்."

அறிவிப்பை கேட்ட மூர்த்தி தன் மனைவியிடம் சொன்னார்.

"சுதா, ஹைதராபாத்ல கூட இறங்கியிருக்கலாம். நம்ம பிராஞ்ச பார்த்து இருக்கலாம்.

"சரி விடுங்க, நம்ம கொழும்பு விமானநிலையத்துல புது கடை வைக்க முடியுமானு பாக்கலாம் மாமா ."

'சுதா மெஸ்' தமிழகம் எங்கும், தென்னிந்திய தலைநகரங்களிலும் மற்றும் சில நாடுகளிலும் கிளைகள் உள்ள அசைவ உணவகம். அதன் நிறு-வனர்கள் மூர்த்தியும் சுதாவும்.

பயணிகள் அனைவரும் ஓட்டலில் தங்க வைக்கப்பட்டனர். மூர்த்தியும் சுதாவும் அவங்க அறையிலிருக்கும் போது வெளில கொஞ்சம் சத்தம்.

வெளியே வந்து பார்த்தா 50 வயது மதிக்கத்தக்க ஒருவர் மயங்கி கிடக்க, ஓட்டல் சிப்பந்திகள் முதலுதவி செய்து கொண்டிருந்தனர்.

மூர்த்திக்கு இவரை எங்கோ பார்த்தது போலிருந்தது. சற்று நேரத்தில் மூர்த்திக்கு பிடிப்பட்டது இது செல்வராஜ்.

1992, ஜூன் 1 - மெரினா கடற்கரை காந்தி சிலை பின்புறம் - இரவு 11:30 மணி.

"ராஜி ! எங்கடா போனா இந்த குமாரு?" என்று கேட்டான் மூர்த்தி.

"உனக்கு என்னடா. கார் ஷெட் பத்து மணிக்கு மூடிடுவாங்க. அப்புறம் மெரினா தான். குமாருக்கு ஹோட்டல் அடைக்க வேணாமா? வந்துடுவா செத்த நேரத்தில", என்றான் செல்வராஜ்.

குமாரு இட்லி பார்சலோட வந்து, பிரிச்சி சாப்பிட்டுக்கிட்டே , "ராஜி மாமு. சுதாவ பார்த்திய இன்னைக்கு?", கேட்டான் .

சுண்டல் வியாபாரம் முடிச்சிட்டு இப்போ தான் போனானு சொன்னான் ராஜி.

சுதா பக்கத்துல இருக்கிற குப்பத்துல அக்கா வீட்ல இருக்கா. மெரி- னாவுல தினம் சுண்டல் விக்கிறதுதான் ஒரே வேலை. அம்மா அப்பா இல்லாத அவளுக்கு அக்காதான் ஒரே பிடிப்பு.

செல்வராஜ், மூர்த்தி மற்றும் குமார் மூணு பேரும் நண்பர்கள்.

செல்வராஜ் சோப்பு ஏஜன்சில டெலிவரி வேலை பாக்குறான், மூர்த்தி மைலாப்பூர்ல கார் ஷெட்ல இருக்கான், குமார் ஹோட்டல்ல சப்ளையரா இருக்கான். மூணு பேரும் மைலாப்பூர்ல ஒரே ரூம்ல ஒண்ணா இருக்- காங்க.

வறுமையும் பசியும் இருந்தாலும், அவங்களோட ஒரே சந்தோசம்,

மெரினா கடற்கரை. அவங்களோட மிகப்பெரிய பலமா மெரினா இருந்-
தது. தினம்தோறும் மெரினாவுல காந்தி சிலைக்கு பக்கத்துலதான் இரவு
தூக்கம்.

செல்வராஜ் எப்பவும் மெரினாவுக்கு கொஞ்சம் சீக்கிரமே வந்துடுவான் .

அப்போ சுண்டல் வாங்கி சாப்பிடும் போது சுதா கூட காதலாகி விட்டது.

அக்கா கணவரின் சீண்டல் காரணமா தான் சுண்டல் விக்க வரேனு
சுதா சொல்லுவா.

"ராஜி , என்னை எப்போ கல்யாணம் பண்ணிப்ப . என்னால சமாளிக்க
முடியல."

"ஊர்ல அம்மா தங்கச்சி மட்டும் தான் . தங்கச்சிக்கு கல்யாணத்த
முடிச்ச மறுநாளே பண்ணிப்போம். நீ கவலைப்படாத", என்றான் ராஜி.

"நான் சொல்றது உனக்கு இன்னும் புரியல. அக்கா புருசன் அங்க
அங்க கைய வைக்கிறான். குளிக்கும்போது, டிரஸ் போடும் போது எட்டி
எட்டி பாக்குறான். முடியலடா", என்றாள்.

"கொஞ்சம் நாள் தங்கம். அப்புறம் உன்ன ராணி மாதிரி வச்சிக்கிறேன்",
என்றான் ராஜி.

ராஜியோட அம்மா இறந்துட்டாங்கனு போன் வந்து, அவன் சொந்த
ஊருக்கு போய் சடங்கு எல்லாம் முடிச்சிட்டு 15 நாளுக்கு பிறகு தான்
வந்தான்.

ரூம்ல குமாரு மட்டும் இருந்தான்.

எங்கடா மூர்த்தினு கேட்டான் ராஜி.

"அப்புறம் பேசிக்கலாம். இப்போ எல்லாம் நைட்ல மெரினால படுக்குறது

இல்ல. போலீஸ் அடிக்கிராங்க. அதனால இங்கேயே படுத்துடுவோம்", என சொல்லிட்டு வேலைக்கு சென்றுவிட்டான் குமார்.

ராஜியும் வேலைய முடிச்சிட்டு, சுதாவ பார்க்க மெரினாவுக்கு போனான். ஆனா பாக்க முடியல.

ரூம்ல வந்து குமாருக்கிட்ட கேட்டான், "நைட்டு, நீ சுதாவ பாத்தியா?". குமார் கொஞ்சம் கடுமையா தெரியலனு சொல்லிட்டு படுத்துட்டான்.

குமாரின் செய்கை ராஜிக்கு புதிராக இருந்தது. மறுநாள் மெரினாவில சுதாவ தேடி களைச்சி சாப்பிட ஒரு தள்ளு வண்டி கடைக்கு போனான்.

ஏதோ ஒரு தெரிந்த முகம் கல்தோசை சுட்டுக்கொண்டிருந்தது.

அருகில் சென்ற போது, அது சுதாவின் முகம். அதுவும் கல்யாணமான தோற்றம்.

நிதானிப்பதற்குள் யாரோ சைக்கிளில் மூன்று குடம் தண்ணீர் எடுத்து வந்து இறக்குகிறார்.

உற்று பார்த்தால், மூர்த்தி .

சுதாவும் மூர்த்தியும் கல்யாண செய்து கொண்டார்களா?

உலகமே சற்று இருளாகி போனது ராஜிக்கு.

நேற்று வரை நடந்தது, மண் கோட்டையாய், விதி என்னும் அலையில் அடித்து சென்றது.

"மாமா, பூ வை மாமா" என்று ஆசை ஆசையாய் கேட்ட குரல்.

குஷ்பூ மாதிரி தொங்கட்டான் வாங்கி தந்ததும், என் உயிர் மனைவி என்று அன்பை பொழிந்ததும் , பீச் காற்றில் பறந்த பலூன் போல

ஆனது வாழ்க்கை.

நடந்தான் நடந்தான். எங்கே போகிறோம் என தெரியாமல் நேப்பியர் பாலம் தாண்டியும் நடந்தான்.

தன் அறைக்கு அடுத்த நாள் காலை வந்தான். குமாருக்கு புரிந்து விட்-டது. ஒன்றும் கேட்கவில்லை.

ராஜி , குளித்து விட்டு வேலைக்கு சென்றான். அவன் அதன்பிறகு மெரினா பக்கமே போகவில்லை.

2017, ஜூன் 2 இலங்கை தனியார் ஹோட்டல்.

மூர்த்தி கிளம்புவதற்கு விமானம் தயாரென செய்தி வந்தது . சுதாவை ரெடியாக சொல்லி விட்டு ரிசப்சன்ல வந்து ராஜியை பற்றி விசாரித்தார்.

"அவருக்கு ஹார்ட் அட்டாக் வந்து ஹாஸ்பிடல் போற வழியில் இறந்-துட்டாரு" என்ற செய்தியை கேட்ட மூர்த்தி நிலை குலைந்து போனான். ராஜியின் மொபைல் நம்பரை வாங்கி கொண்டு ரூமிற்கு வந்துவிட்டான்.

சுதாவிடம் எதையும் காட்டிக் கொள்ளாமல், சென்னை வந்ததும், கொஞ்ச நாட்களுக்கு பிறகு அந்த மொபைலுக்கு கூப்பிட்டு ராஜியின் வீட்டிற்கு சென்றான்.

"சார். வணக்கம். இது ராஜி வீடுங்களா?"

"ஆமா சார், வாங்க "

"சார். என் பேரு மூர்த்தி", சொல்லும் போதே எதிரில் இருப்பது குமார் என கண்டுகொண்டான்.

"குமாரு , நீ எப்படி இங்க."

"நான் ராஜியோட தங்கச்சிய கல்யாண பண்ணிக்கிட்டேன். ரெண்டு பேரும் சேர்ந்து தான் ரியல் எஸ்டேட் பில்டிங் காண்டிராக்ட் தொழில் பண்றோம்.

இலங்கையில ஒரு காண்டிராக்ட் முடிக்க போனா. அங்கேயே முடிஞ்-சிட்டான்", என்று அழ தொடங்கினான் குமார்.

சற்று நேரத்திற்கு பிறகு, "ராஜி குடும்பம் எல்லாம்".

"ராஜி கல்யாணமே பண்ணிக்கல . நீங்க செஞ்ச துரோகத்தை அவனால மறக்க முடியல. ஆனா ஒரு நாள் கூட அவன் உங்களை திட்டினது இல்ல. ஏன்டா அப்படி பண்ணின?", கோபமானான் குமார்.

மௌனமாக கிளம்பி வந்து விட்டான் மூர்த்தி.

சில நேரங்களில், சில சம்பவங்களையும் செயல்களையும், அந்த அந்த சூழ்நிலை தான் முடிவு செய்யும் .

சுதாவுடைய அக்கா புருசன் வரம்பு மீறியதோ.. எதிர்த்த அவளை வெளியே தள்ளி யார் வருவானு பார்ப்போம்னு சொன்னதோ.. இரண்டு நாட்கள் மெரினாவில் சுற்றியதோ...வேறு வழியே இல்லாமல் தன்னை கல்யாண செஞ்சுக்க சொன்னதோ ... யாருக்கும் தெரிய வாய்ப்பில்லை.

எது தேவையோ ! அதுவே தர்மம் !

இதையெல்லாம் சொல்லி, தன்னை நல்லவனாக காட்டிக் கொள்ள மூர்த்திக்கு விருப்பமில்லை.

பல நேரங்களில் நாமும் பலூன் போல, விதியென்னும் மெரினா கடற்-கரை காற்றினால் அடித்து செல்லப்படுகின்றோம்.

10

வெண்ணிவீரன்

சோழ நாட்டில் வெண்ணிப் பறந்தலை என்ற சிற்றூர் அருகே வேல்படை வீரர்களின் பாசறையில் ஆலோசனை.

தளபதி வேல்தாங்கி வளவன் மன்னனின் திட்டங்களை விளக்கினான்.

"இன்னும் நம் படையில் பல வீரர்கள் இணைய போகிறார்கள். நம் மன்னரின் வேகமும், உறுதியும் சோழ படையின் பலத்தை கூட்டுகிறது.

நமது காலஞ்சென்ற மன்னர் இளஞ்சேட் சென்னியின் மறைவுக்கு பிறகு சோழ நாட்டை பங்கிட்டுக் கொள்ள பதினோரு வேளிரும் பாண்டியனும் சேரனோடு சேர்ந்து திட்டமிட்டு படையெடுத்து வந்து கொண்டு இருக்-கிறார்கள்."

உபதளபதி தும்பி மறையான் குறுக்கிட்டு, "அப்படியென்றால் பெரும் படையெல்லவா? நம் படை தாங்குமா? " என்றார்.

"சோழ நாடு சோறுடையது மட்டுமல்ல வீரமுடையது என நிரூபிக்க நேரம் வந்துவிட்டது", என கூறியவாரே கரிய நிறமுடைய கால்கள் பாச-றையின் உள்ளே நுழைந்தது.

"இதோ மன்னர்! சோழ மன்னர் வாழ்க!" என முழங்கினர் அனைவரும்.

மன்னர் திட்டங்களையும் செயல்முறைகளையும் விளக்கி விட்டு சென்-
றுவிட்டார்.

சிறுவன் என நினைத்தவர் எல்லாம் வாய்மூடி ஆச்சர்யத்தோடு
அதிர்ந்து நின்றனர்.

மன்னர் கரிகாலனின் திட்டங்களும், போர் தந்திரங்களும் அனைவரை-
யும் மெய் சிலிர்க்க வைத்தது.

அவை முன் எப்போதும் கண்டிராத கேட்டிராத புதிய முறையில்
இருந்தன.

தளபதி வேல்தாங்கி வளவன், தன் மனைவியிடம் போருக்கு புறப்புடும்
முன் கூறியதை நினைவு கூர்ந்தான்.

"கண்ணே ! நம் குல சாமி தான் நம்மையும், நம் சோழ நாட்டையும்
காக்க வேண்டும். போர் என்னவென்று தெரியாத ஒரு சிறுவனை நம்பி,
இந்த சோழ நாட்டை தந்ததோடு மட்டும் இல்லாமல் போருக்கும் செல்-
கின்றோம். நீ நம் பிள்ளைகளையும், அப்பா அம்மாவையும் பார்த்து
கொள். மற்றவை விதிப் படி அமையட்டும். உயிர் போனாலும் சோழ
நாட்டிற்கே."

"அப்படி சொல்லாதீர்கள் அத்தான். நம் மன்னர் இளையவர் தான்.
ஆனால் கண்டிப்பாக சோழ நாட்டை காப்பார். நீங்களும் வெற்றியோடு
வருவீர்கள்."

கிளம்பும் போது இருந்த மனநிலைக்கும், இப்போதைய மனநிலைக்கும்
எவ்வளவு வேறுபாடு.

நம் மன்னரின் திறமை இப்போதே தெரிய ஆரம்பித்துவிட்டது. வெற்றி
கனி சோழ நாட்டிற்கே.

போர் தொடங்கியது.

எதிரிகளின் படை ஒற்றை தலைமையில்லா கூட்டணி. வேளிர் படை, பாண்டிய படை மற்றும் சேரமான் பெருஞ் சேரலாதன் தலைமையிலான அனுபவமிக்க சேர படை.

மன்னரின் போர் தந்திரம், வேளிர் படைகளை ஓட விட்டு, பாண்டிய படைகளை தகர்த்து. சேர படையுடன் மல்லுக்கட்டியது.

கரிய கால்களுடைய அந்த இளம் மன்னனின் அம்பு, சேர மன்னன் சேரமான் பெருஞ் சேரலாதனின் நெஞ்சை பதம் பார்த்தது.

சோழ படைக்கு மிகப் பெரிய வெற்றி .

தளபதி வேல்தாங்கி பெரும் கூச்சலிட்டான் "சோழ மன்னன் கரிகாலன் வாழ்க! வாழ்க!"

பின்குறிப்பு:

வெண்ணிப்போர் - தமிழக வரலாற்றில் நடந்த மிகப் பெரிய போர்.
வெண்ணி - கோவில்வெண்ணி என தற்போது அழைக்கப்படும் சிற்றூர் .
தஞ்சையிலிருந்து 24 கிமீ தொலைவில் நீடாமங்கலத்திற்கு மிக அருகில் உள்ளது.
கரிகாலன் - சோழ மன்னன்; கல்லணை கட்டியவன்.
சேரமான் பெருஞ் சேரலாதன் - சேர மன்னன்.
தளபதி வேல்தாங்கி - கற்பனை பாத்திரம்.
உபதளபதி தும்பி மறையான் - கற்பனை பாத்திரம்.

11

வாழ்க்கைப்பாடு

என்ன ஒரு சுகமான முதல் பயணம்!

என் சின்னஞ்சிறிய சிறகுகளை காண்கையில், இதயத்தில் பல மின்னல் ஊற்றுக்கள்.

நன்றாக அசைந்து அசைந்து, இறக்கைகள் வேலை செய்கின்றன.

இதோ இன்னும் ஒரு மரம்.. பிறகு கூட்டை அடைவோம்.

அம்மா சொல்லியிருக்கிறாள், ஆந்தையும் வல்லூறும் மட்டுமல்ல காக்கை கூட பொல்லாதது என்று.

நாம் எச்சரிக்கையாக இருக்க வேண்டும்.

அதோ, தூரத்தில் என் சிற்றன்னை போகிறாள்.

நான் பறப்பதை பார்த்து இருப்பாளா? பார்த்து இருந்தால் வந்து ரசித்து இருப்பாள்.

எனக்கு பிடித்தமான தானியத்தை, அவளுடைய குஞ்சுகளுக்கு ஊட்டும் போது, எனக்கும் தருவாள். என் மீது அவளுக்கு கொள்ளைப் பிரியம்.

இந்த மரத்தைப் பற்றி அம்மா கூறியிருக்கிறாள். இது எலுமிச்சை மரம்.

இதில் கூடுகட்டுவது கொஞ்சம் ஆபத்தானது. எதிரிகளின் தொந்தரவு அதிகமாகவே இருக்குமாம்.

அம்மாவுக்கு எப்படி இதெல்லாம் தெரிகிறது?

எங்களுக்கு உணவு ஊட்டும்போது பல கதைகளைச் சொல்வாள்.

எனக்கு பிடித்த அப்பாவின் கதையை நான் திரும்ப திரும்ப கேட்பேன்.

அவளும் அலுத்துக் கொள்ளவே மாட்டாள்.

அப்பாவை பற்றிப் பேசும்போது உற்சாகம் கொப்பளிக்கும்.

எங்களுடைய பழைய கூட்டை அப்பா கட்டிய பிறகு அம்மாவை கண்டு ஆசையோடு கீச் கீச் என குரலெழுப்பி அழைத்து இருக்கிறார்.

அம்மாவும் அப்பாவிடம் உடனே மயங்கி, கூட்டிற்குள் வந்துவிட்டாள்.

எங்களின் பழைய கூட்டிற்கு பக்கத்தில், ஒரு குட்டை உள்ளது.

அம்மாவோ, என் தங்கையை அடைகாத்த நேரம்.

இரவின் தொடக்கத்தில் அம்மாவோடு கூட்டில் இருந்த நேரம், அப்பா வெளியே போய் இருந்தார்.

அடைகாத்த நேரங்கள் எல்லாம், அம்மா கொஞ்சம் அதிக கதகதப்பாக இருப்பாள். அவளின் கதகதப்பில் சொக்கி கிடந்த இனிய வேளையில்....

திடீரென ஒரு சத்தம்.

நான் கேட்டறியாத ஏதோ விலங்கின் சத்தம்.

அம்மாவின் முகம் கலவரமானது.

"என்னமா சத்தம்", என்று கேட்ட என்னை "சத்தம் போடாத", என்று மெதுவாக கூறினாள்.

எங்கும் மரண அமைதி ஆனால் ஏதோ தவறாக நடக்க இருக்கிறது, என்று உள்மனது சொல்லியது போல் இருந்தது.

மிக சன்னமாக மீண்டும் அந்தக் குரல், இப்போது தெளிவாக கேட்டது.

"ம்மியாவ்".

அம்மா முகம் கலவரமானது.

அம்மாவை நான் இப்படி பார்த்ததேயில்லை.

நாங்கள் மெல்ல வெளியே வந்தோம்.

கிளையின் மறுபுறம் கருநிறத்தில் ஒரு விலங்கு.

ஒரே தாவலில் எங்களில் ஒருவரை பிடித்துவிட முடியும்.

அம்மா முன்னின்று என்னை பின்னால் தள்ளினாள்.

"இது என்னம்மா" என்றேன்.

"பூனை" என்றுக்கூறி என்னை பின்புறம் முழுவதும் தள்ளிவிட்டாள்.

எனக்கோ இறகு அரும்பிய நேரம். பறக்கத் தெரியாத காலம்.

இரத்த சுவைமிக்க பூனை, பாய்வதற்கு சமயம் பார்த்து காத்து நிற்கிறது.

"அய்யோ! ஆண்டவா!", என அம்மா கதறுவது கேட்கிறது.

என் தங்கை கூட்டினுள் முட்டைக்குள், நானோ பறக்கத் தெரியாத என் சின்னஞ்சிறிய இறக்கைகளுடன்.

தாயின் பரிதவிப்பும் வீரமும் ஒருங்கே, என்ன செய்வதென்று பெரும் குழப்பம்.

திகைத்தாள்; தடுமாறினாள்.

பூனை எத்தனிக்கிற வேளையில், புயல் போல் என் அப்பா பூனையின் பக்கத்தில் பறந்தார்.

பூனையும் குழம்பியது.

என் அப்பாவை துரத்த ஆரம்பித்தது.

அருகிலிருந்த குட்டையில் விழுந்தார்.

"கடவுளே! நன்றாக மாட்டிக் கொண்டார்", என்று அழுகின்ற வேளை-யில், அப்பா நீச்சலடித்தார்.

பூனையால் வெகுதூரம் தண்ணீரில் செல்ல முடியவில்லை.

அப்பா நீச்சலடித்து பின்பு மேலே பறந்து தப்பித்தார்.

அவருடைய சாகசம் அற்புதமானது !

மாவீரனாக, எதிரியை நெஞ்சுறுதியோடு நேருக்கு நேர் களம் கண்டு, வெற்றி வாகை சூடியவராக எனக்கு காட்சியளித்தார்.

கூட்டிற்கு திரும்பினார்.

எங்களை வேறு ஒரு மரத்திற்கு மாற்றினார்.

கூடு கட்டுவதில் கைதேர்ந்தவர் அவர். மிக விரைவாக இந்த கூடைக் கட்டினார்.

அம்மாவிடம் கேட்டேன், சிட்டுக்குருவிகளுக்கு தண்ணீரில் நீந்தத் தெரி-யுமா என்று.

"தெரியும். ஆனால் கொஞ்ச தூரம் மட்டுமே", என்றாள்.

"எனக்கு ஏன் சொல்லித் தரவில்லை", என்று கோவித்தேன்.

"காலம் நமக்கு பாடங்களை தந்து கொண்டேயிருக்கும். அது உன்னை பாதுகாத்துக் கொள்ள உனக்கு பல சந்தர்ப்பங்களையும் அள்ளி அள்ளித் தரும். நீ கற்றுக் கரை சேருகிறாயா என்பது உன் கைகளில் உள்ளது", என்றாள்.

இந்த கூடு மிகவும் அற்புதமானது.

இந்த மரமும் சிறப்பானது.

நார்த்தம்பழம் பொதுவாக புளிக்கும். ஆனால் இதன் பழம் இனிக்கும் என்பாள் அன்னை.

கோடைக்காலத்தின் இடிப்போல.

வாழ்வில் பல இடிகள் பெரும் சத்தத்துடன்.

ஒருநாள் விடியலுக்கு முன் ஆந்தை ஒன்றிடம் வகையாக சிக்கிக் கொண்டோம்.

என் இறக்கைகள் பிரிந்து பறக்க பழகிய நேரம்.

என் தங்கையோ பிறந்த சின்னஞ்சிறு குஞ்சு.

ஒன்று ஒட்டுமொத்த குடும்பமும் அழிய வேண்டும் அல்லது யாரோ ஒருவர் வெளியே செல்ல வேண்டும்.

என் தந்தை வெளியே செல்ல புறப்புடுகிறார்.

தினந்தோறும் அல்லல்பட்டு காத்த அருமை மகனை, அரும்பிய மகளை, அழகு மனைவியை விட்டுப் பிரிய துணிந்தான் அந்த இனமான வீரன்.

அது விடியலுக்கான நேரம். ஆனால் எங்களுக்கோ, இருளுக்கான தொடக்கமானது.

வாழ்நாள் முழுதும் குடும்பத்தை இமைப்போல் காத்த அப்பழுக்கில்லாத தலைமகன், தன்னையே இழக்க தயாராகி விட்டார்.

அம்மாவைப் பார்த்தார்.

எங்களையும் அரவணைத்தார்.

கூட்டை விட்டு வெளியே வந்து திரும்பி எங்களை ஒருமுறை பார்த்தார்.

ஆந்தையின் அருகில் சென்றார்.

அவர் ஒரு மாவீரன், அவ்வளவு எளிதாக சிக்கி விடுவாரா?

ஜாலங்கள் காட்டினார். ஆந்தையை அலற வைத்தார்.

அம்மா தயாரானாள்.

அவளுக்கு மட்டும் எப்படி புரிந்தது என்ன நடக்கும் என்பது?

என்னை தன்பக்கமே பறக்கச் சொன்னாள்.. தங்கையை கவ்விக் கொண்டாள்.

என் தந்தையும் நன்றாக நீக்கு போக்குகளை காட்டினார்.

நாங்கள் பறக்க ஆரம்பித்தோம்.

அம்மா திரும்பிப் பார்க்கவே இல்லை.

நான் திரும்பிப் பார்க்கிறேன்.

தந்தை சிக்கிக் கொண்டாரா?

அம்மா வேகமாக பறந்தாள்.

பார்வையிலிருந்து காட்சிகள் மறைந்து போனது.

கிழ்வானம் சிவக்கத் தொடங்கியது.

அம்மா சொல்லியிருக்கிறாள் ஆந்தைகளுக்கு பகலிலே கண் தெரியாது என்று.

அம்மாவின் காதல்.

எங்களின் பாசம்.

அப்பாவின் தியாகம்.

திரும்பிப் பார்க்கிறேன்.

வானத்து விடிவெள்ளி ! தூரத்து நட்சத்திரம் !

என் அப்பா எங்கள் திசை நோக்கிப் பறந்து வருகிறார் !
எங்களின் வேண்டுதலுக்கு ஆண்டவன் செவி சாய்த்துவிட்டான் !